Lantern

1000 WORDS IN YORUBA

C.O. ODEJOBI

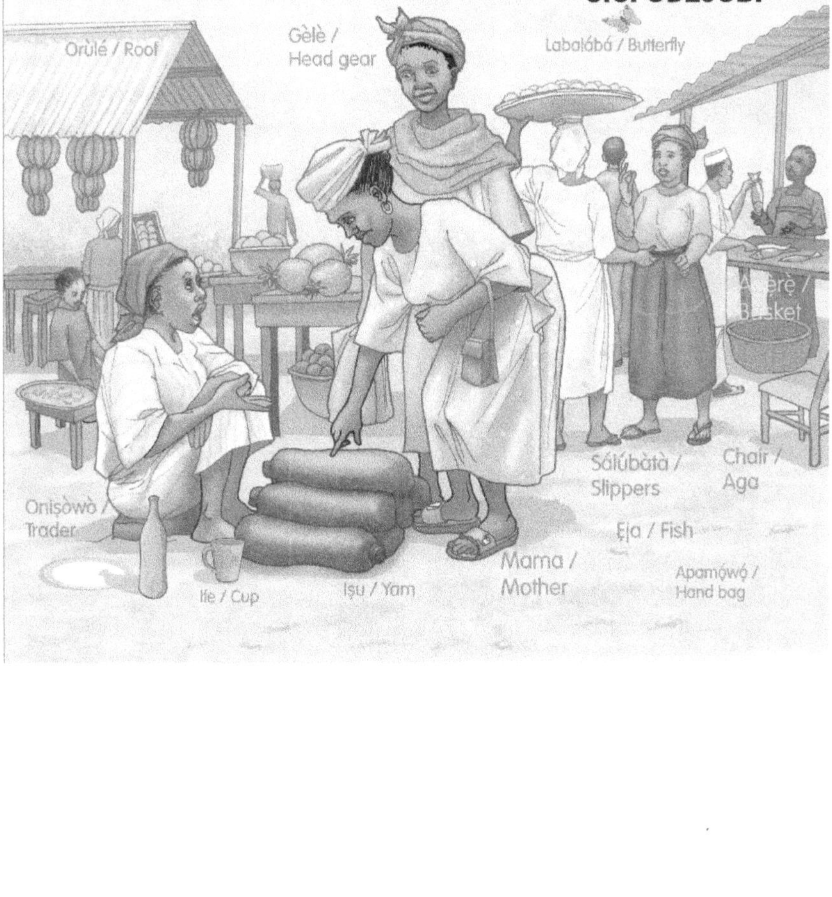

Lantern

First Illustrated

1000 WORDS IN YORUBA

C.O. Odejobi, Ph.D (Ife).
Institute of Education
Obafemi Awolowo University,
Ile-Ife.

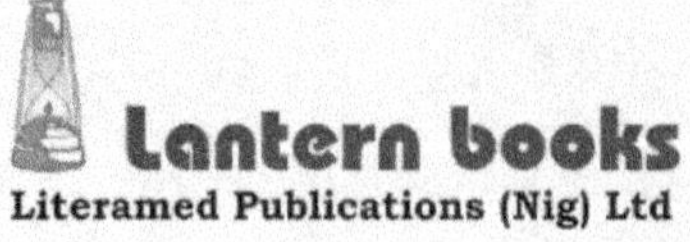

Literamed Publications (Nig) Ltd

Published by
Lantern books
A division of
Literamed Publications (Nigeria) Limited
Publishers of Lantern books, Cowrie Comics and Living Scrolls,
Lantern House,
Plot 45,Morison Cresent, off Oregun Road,
P.M.B. 21068, Ikeja, Lagos.
Nigeria
Tel: 01-8980764, 7901130, 7901129, 4769633
Fax: 7936521, 4935258

Nigeria Branches:
Lagos: 08066274552 **Owerri:** 08033772379
Ibadan: 08063367604 **Benin City:** 08038749962
Kaduna: 08063367675 **Abuja:** 08063356032
Jos: 08063367598 **Oshogbo:** 08063355987
Enugu: 08063367523

Ghana:
Literamed Publications (Ghana) Limited
Publishers of Lantern books, Cowrie Comics and Living Scrolls
Hse. No A504/19 Akokofoto Junction, Next to Dansoman Polyclinic,
P.O.Box DS 583, Dansoman, Accra Ghana.
Tel: +233-302-300412

www.literamed.com
e-mail: information@lantern-books.com

First Published, 2012
By **Lantern books**
A Division of Literamed Publications (Nig.) Ltd.

© Literamed Publications Nigeria Limited 2012

ISBN: 978-978-100-450-6

Designed and Printed by
Literamed Publications Nigeria Limited
Printing Press Division.
Ikeja, Lagos.

Preface

Lantern First Illustrated 1000 Words in Yoruba is put together to describe and translate some selected words in Yoruba into English with the aid of relevant illustrations for clarity. In addition, the words are alphabetically arranged to guide in its study.

The book is especially intended for children and young adults whose understanding of some Yoruba words is limited and for those who may have difficulty with the exact English meaning of the words in Yoruba language. This, therefore, serves as a basic tool to identify these words they use every day without adequate knowledge of their meanings. In essence, the English equivalents of the Yoruba words are carefully selected to enrich the user's vocabulary.

And the accompanying colourful illustrations are designed to enhance the quality of the book by injecting actions into the words, which makes them come alive to effectively communicate their intended or implied meanings.

The book is culturally relevant taking consideration of the language problems the users encounter at this stage of their formative age.

It is hoped thus, that First Illustrated 1000 Words in Yoruba will in no small measure, help in the learning and teaching of the Yoruba Language.

Hints On How To Pronounce Yoruba Words

Yoruba is a tonal language. There are three (3) main tones in the language. These are low, Mid and High tones. The tones are represented as below:

Tones	Representation
Low Tone	\
Mid Tone	— (Optional)
High Tone	/

These tones are placed on vowel sounds and sometimes on the nasal consonants called syllabic nasal. These tones determine the meaning of Yoruba words.

To pronounce these tones, the musical note to which they correlate should be considered. These musical notes are:

Tones	Musical Note	Orthography
High Tone	mí	as in (ré)　fall
Mid Tone	re or deēndẹ	as in (re) → pluck or - (n̄) ———→ syllabic nasal
Low Tone	rè	as in (rè)　nurture

These tones can change the meaning of words that have the same form (i.e. vowels and consonants). E.g.

Igbá	Calabash	with mid and High tones
Igba	200	with mid tones
Ìgbá	garden egg	with Low and High tones
Ìgbà	Time	with Low tones.

Aago

a

Yorùbá		English
Aago	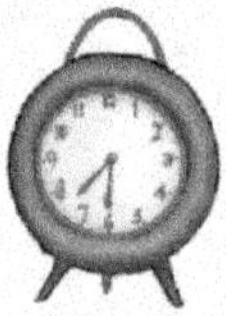	Clock
Ààké	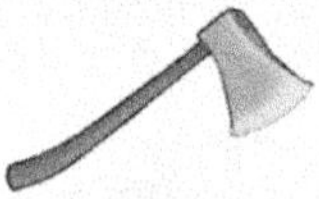	Axe
Ààrẹ	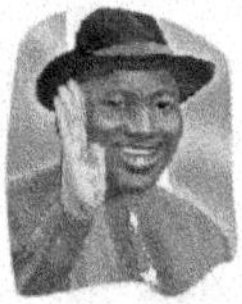	President
Aáyán	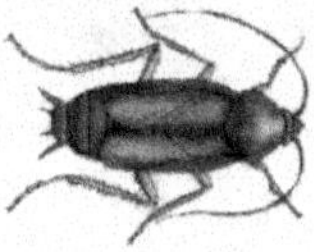	Cockroach
Àbà	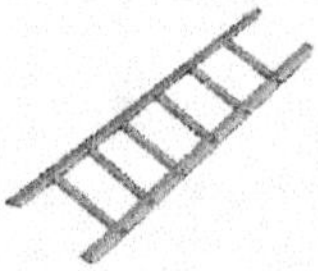	Ladder
Abẹ		Pen-knife

a

Abẹ́

Yorùbá		English
Abẹ́		Under
Abẹfé!ẹ́	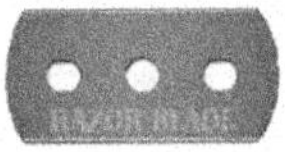	Blade
Àbẹ́là		Candle
Abíyá	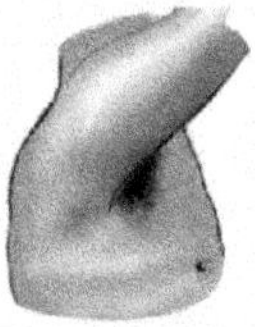	Armpit
Abo		Female
Abọ́		Plate

Àdán

Yorùbá		English
Abọrẹ̀	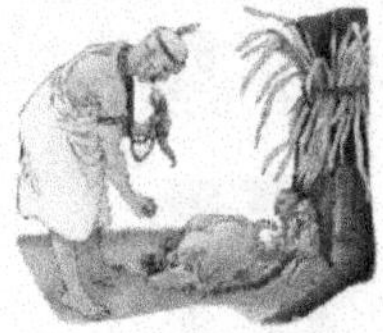	Traditional priest
Àbùrádà	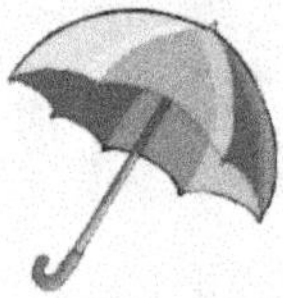	Umbrella
Àdá	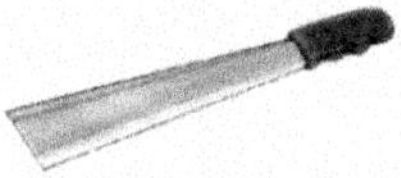	Cutlass
Àdàbà	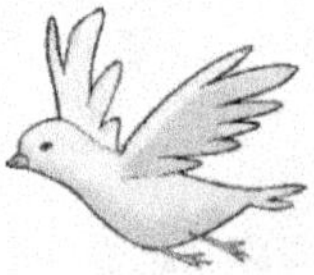	Dove
Adájọ́	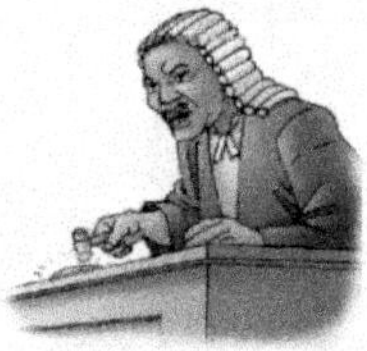	Judge
Àdán	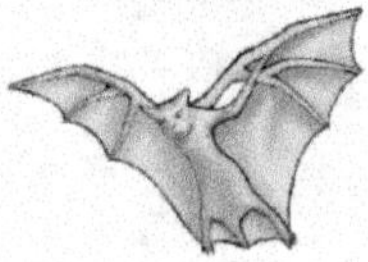	Bat

Adé

Yorùbá		English
Adé		Crown
Adìẹ		Hen
Afárá		Bridge
Àfín		Albino
Afunfèrè		Piper
Àga		Chair

Agbè

Yorùbá		English
Àgádágodo	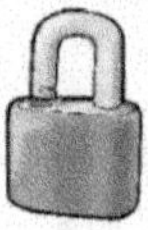	Padlock
Àgbá	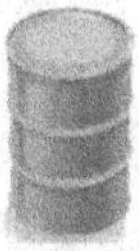	Barrel
Agbádá	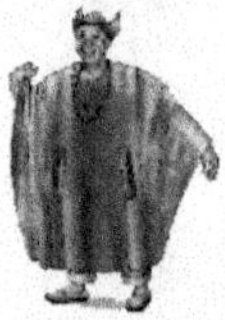	Flowing gown for men
Àgbàlá	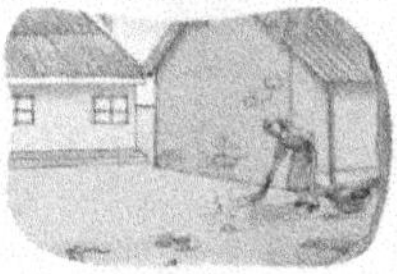	Backyard
Àgbàrá	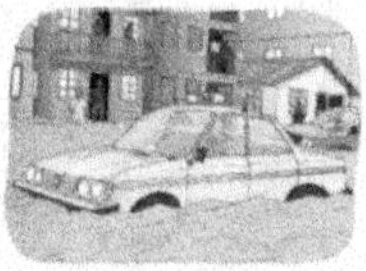	Torrent
Agbè	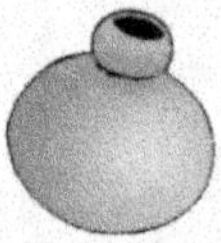	Gourd

a Àgbélèbú

Yorùbá		English
Àgbélèbú	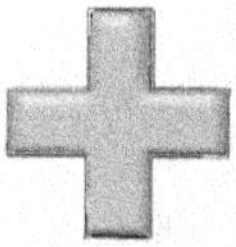	Cross
Àgbẹ̀	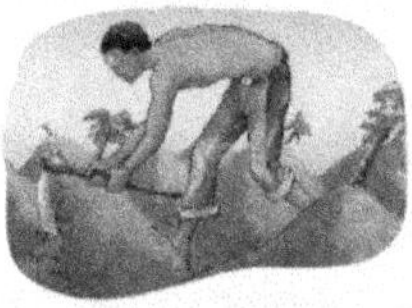	Farmer
Agbẹ̀bí	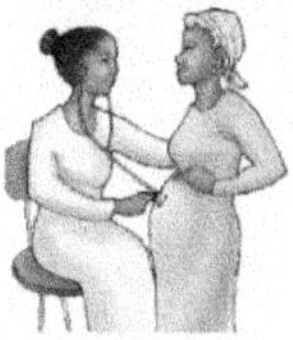	Midwife
Agbẹ́gilére	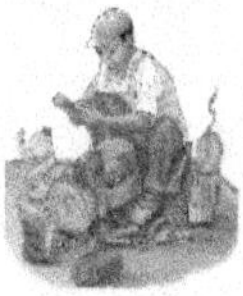	Sculptor
Agbẹjọ́ro	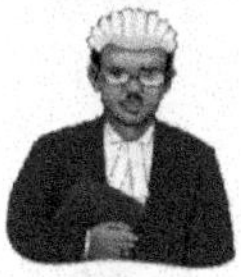	Lawyer
Àgbò	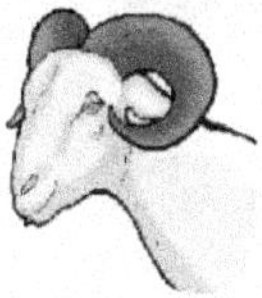	Ram

Yorùbá	English
Agboolé	Compound
Agboòrùn/Agbòjò Abùradà	Umbrella
Agbọn	Basket
Àgbọn	Chin
Àgbọn	Coconut
Agbọn	Wasp

a *Aginjù*

Yorùbá		English
Aginjù	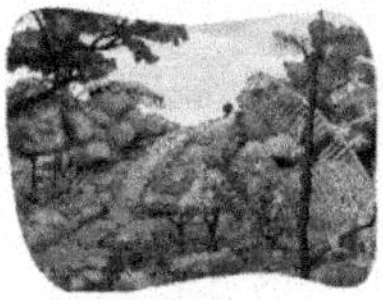	Forest
Agolo	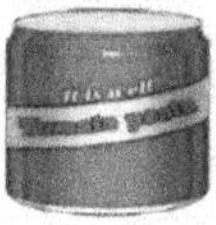	Tin
Àgùnfọn	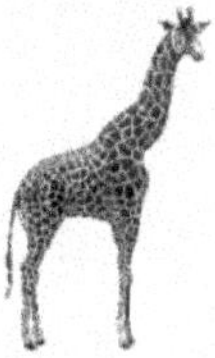	Giraffe
Àgùntàn	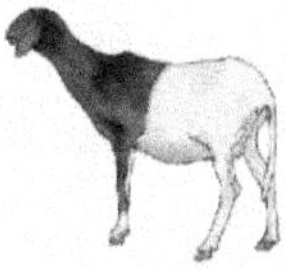	Sheep
Ahọ́n	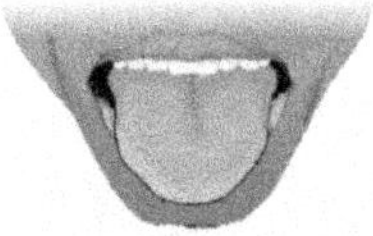	Tongue
Akẹ̀pẹ	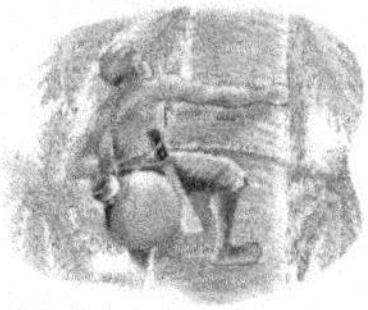	Palm-wine tapper

Yorùbá		English
Àjà	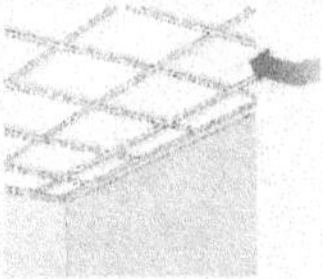	Ceiling
Ajá	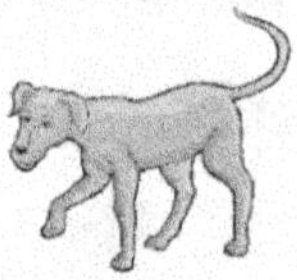	Dog
Akàn	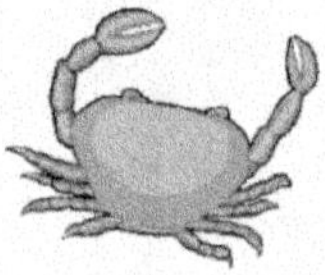	Crab
Àkàrà	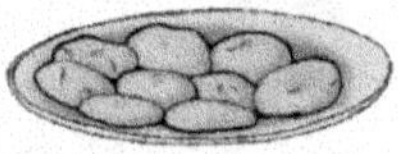	Bean cake
Àkàrà-òyìnbó	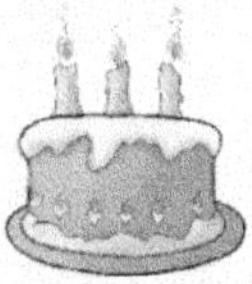	Cake
Àkeekè	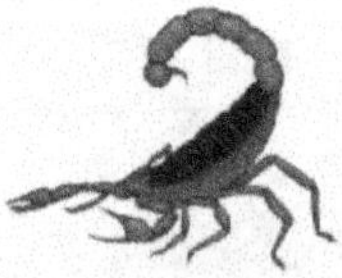	Scorpion

Akẹ́kọ

Yorùbá		English
Akẹ́kọ		Pupil
Akólòlò		Stammerer
Akọ		Male
Akọrin		Singer
Àkùkọ		Cockerel
Àkún		Beads

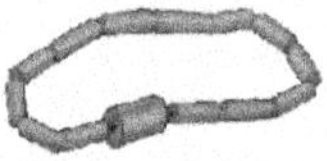

Yorùbá		English
Alága		Chairman
Alágbàṣe		Labourer
Alágbẹ̀dẹ		Blacksmith
Aláǹgbá		Lizard
Àláǹtakùn		Spider
Àlápatà		Butcher

Aláwàdà

Yorùbá		English
Alásè		Cook
Aláwàdà		Comedian
Àlùbọ́sà	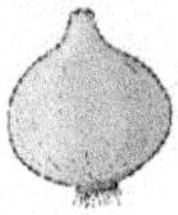	Onion
Àlùfáà		Pastor
Àlùmọ́gàjí	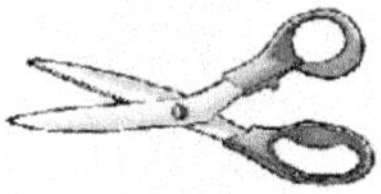	Scissors
Alùpùpù		Motorcycle

Yorùbá		English
Àmòtẹ́kùn		Leopard
Àmúga		Fork
Amùkòkò		Pipe smoker
Ànàmọ́/Ọ̀dùnkún		Potato
Aṅgẹ́ẹ̀lì		Angel
Apá		Arm

Yorùbá		English
Àpá	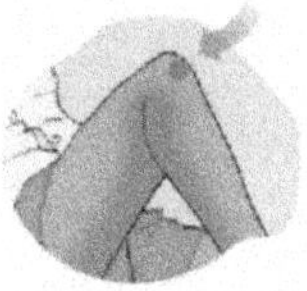	Scar
Àpáàdì	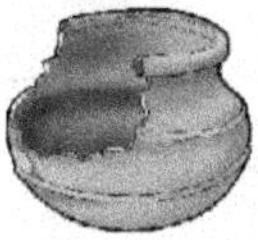	Broken pot
Àpamòwó	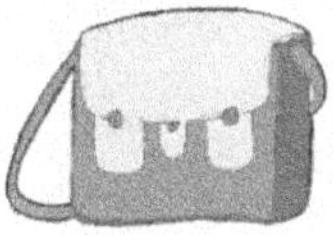	Bag
Àparò	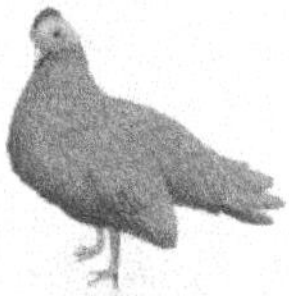	Bush fowl/Partridge
Àpáta	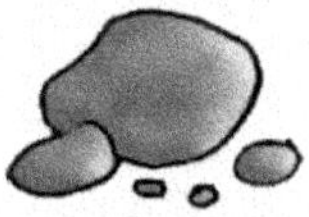	Rock
Apẹja	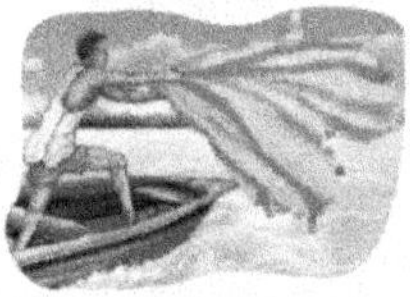	Fisherman

Yorùbá	English
Apoògùn	Pharmacist
Àpótí-aṣọ	Portmanteau
Àpótí-owó	Money box
Aràn	Worm
Àránbàtà/ asebàtà	Shoemaker
Àràrá/Ràrá	Pygmy

a

Aró

Yorùbá		English
Aró	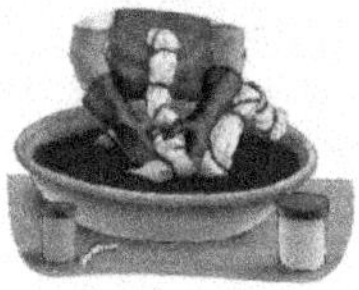	Dye
Asẹ́	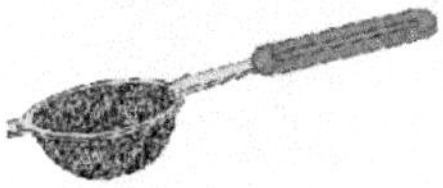	Sieve
Aṣerunlọ́ṣọ̀/Onídìrí	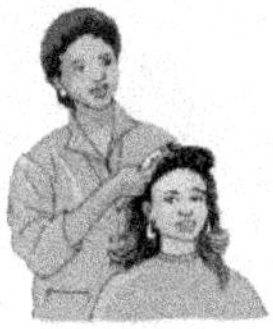	Hairdresser
Àsíá	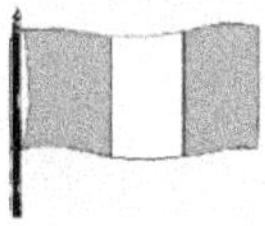	Flag
Asìnrúùlú/ Àgùnbánirọ̀	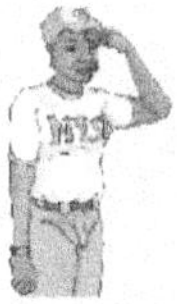	Corps member
Aṣọ	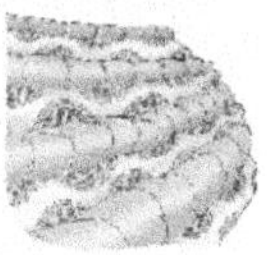	Cloth

Atalẹ̀

Yorùbá		English
Aṣọ-ìnuwọ́	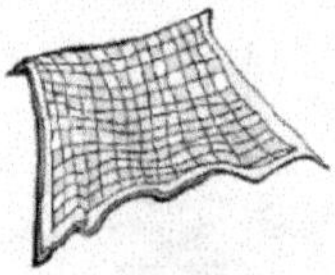	Napkin
Ata	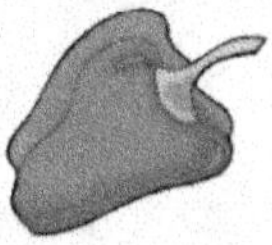	Pepper
Ataare	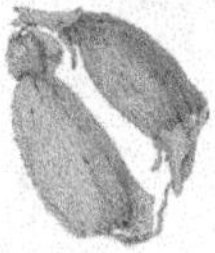	Alligator Pepper
Àtàmpàkò	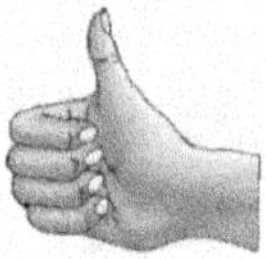	Thumb
Ate/àkẹtẹ̀	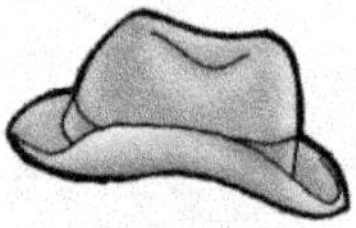	Hat
Atalẹ̀	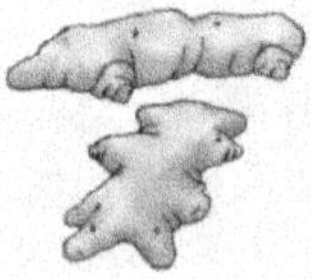	Ginger

Àtẹ́lẹ̀wọ́

Yorùbá	English
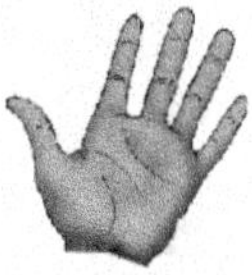 Àtẹ́lẹ̀wọ́	Palm
Àtẹ́rígbà	 Lintel
Atẹ̀wé	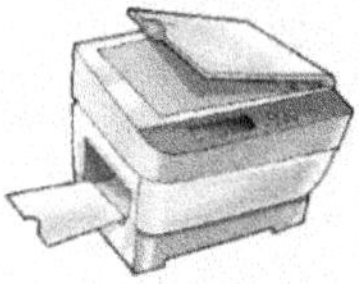 Printer
Àtíbàbà	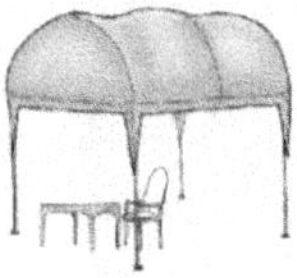 Canopy
Àtíkè	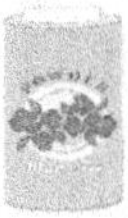 Powder
Àtìrọ	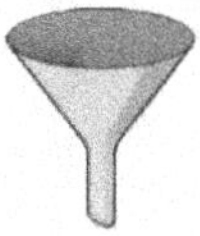 Funnel

Àwòko

Yorùbá		English
Àtùpà	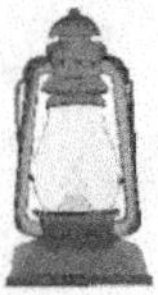	Lantern
Awakọ̀ òfúrufú	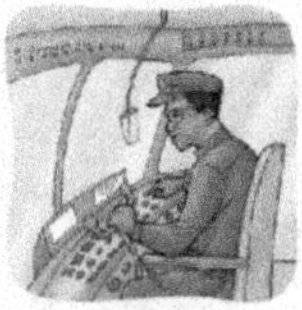	Pilot
Awakọ̀	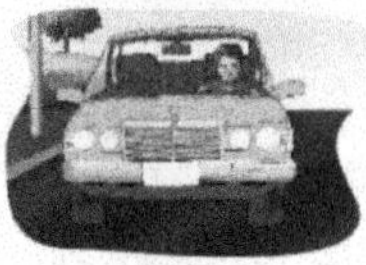	Driver
Awò-ojú	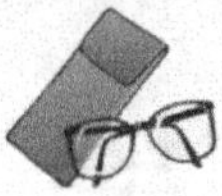	Glasses/ spectacle
Awó	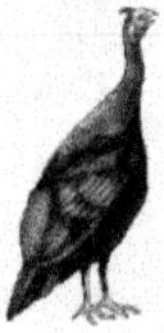	Guinea fowl
Àwòko	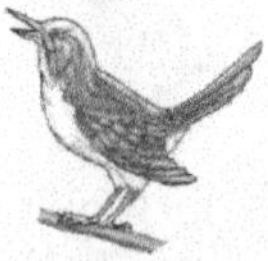	Mocking bird

Yorùbá		English
Àwòrán	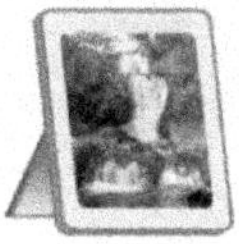	Picture
Àwọn	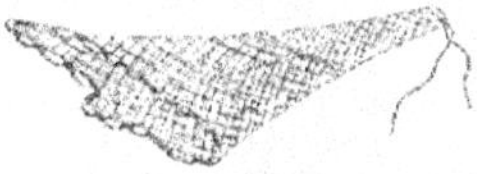	Net
Awùsá	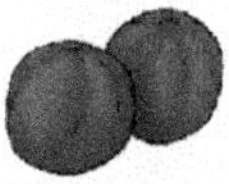	Walnut
Àyà	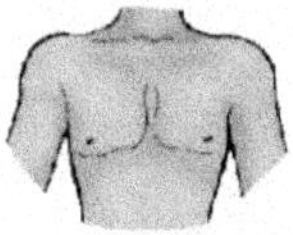	Chest
Aya	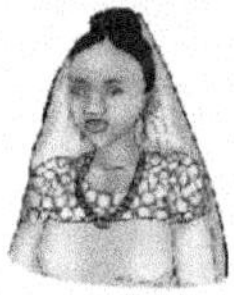	Wife
Ayékòótó	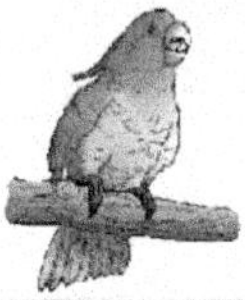	Parrot

Yorùbá		English
Áyù		Garlic
Ayùn		Saw

b Báàjì àyà

Yorùbá		English
Báàji àyà	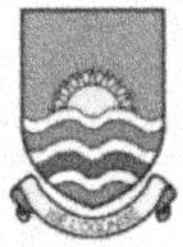	Badge
Báàtì	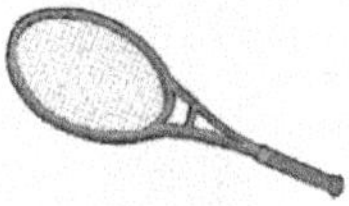	Bat [*for tennis*]
Baba kérésì	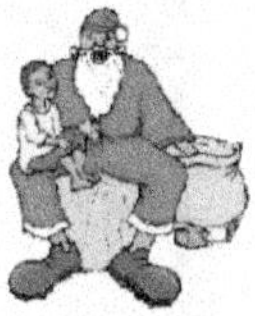	Father Christmas
Baba	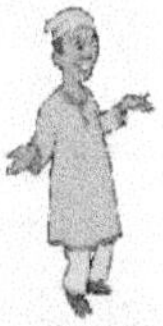	Father
Babaláwo	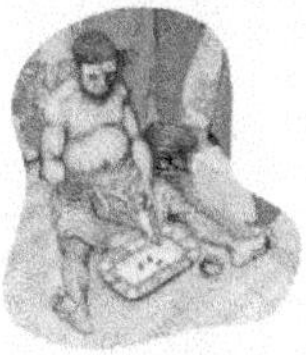	Ifa priest
Bà lé	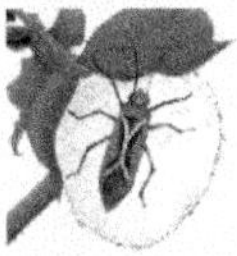	To alight upon

Yorùbá		English
Bàlúù		Aeroplane
Balùwè		Bathroom
Bànté	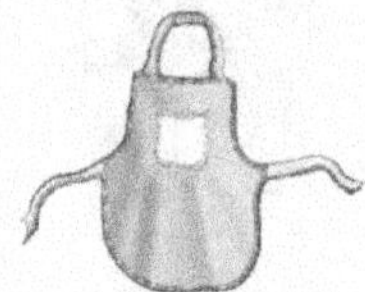	Apron
Bárékè		Barrack
Básíkùlù		Bicycle
Bàtá	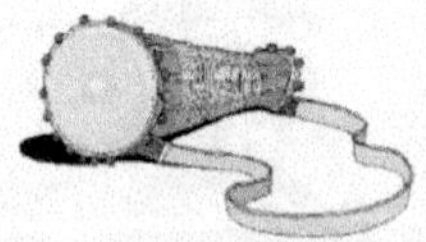	Sango drum

Yorùbá	English
Bàtà	Shoes
Bẹ́	Jump
Bẹ́ẹ̀dì	Bed
Bẹ́líìtì	Belt/Loin cloth
Bẹ̀mbẹ́	Hausa drum
Bẹ̀rí	Military salute

b

Yorùbá		English
Bì		Throw-up/vomit
Bíbéélì		Bible
Bílálà		A whip made of hide
Bíríkì		Brick
Bíríkìlà		Bricklayer
Bisikíìtì		Biscuit

Yorùbá		English

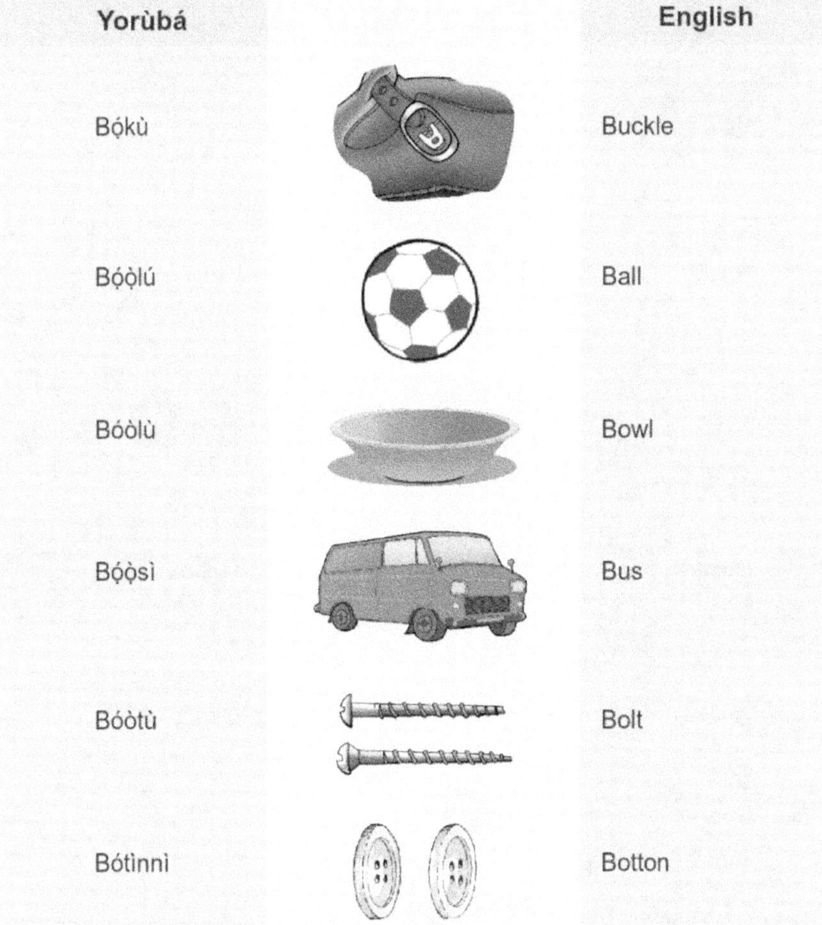

Yorùbá	English
Bọ́kù	Buckle
Bọ́ọ̀lú	Ball
Bóòlù	Bowl
Bọ́ọ̀sì	Bus
Bóòtù	Bolt
Bótìnnì	Botton

Yorùbá		English
Bọ̀tù		Bottle
Bùdó		Camp
Búkà		Shed / stall
Buloñbúló		Balloon
Búlọ́ọ̀kù		Block
Bupá		To vaccinate

Yorùbá		English
Búrẹ́dì	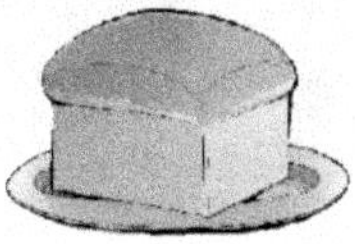	Bread
Búróòsì		Brush

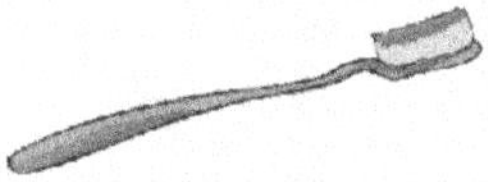

d

Yorùbá		English
Dákú		Faint
Dáná		Cooking / to cook
Dánà		To commit robbery
Dána		To pay dowry
Dànu		To spill / pour out
Darandaran		Shepherd

d Dáwà

Yorùbá		English
Dáwà	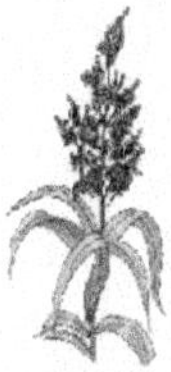	Guinea corn
Dẹ́ẹ̀sìkì	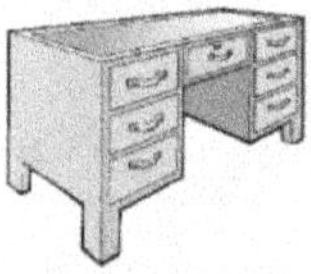	Desk
Dẹ́ngẹ̀	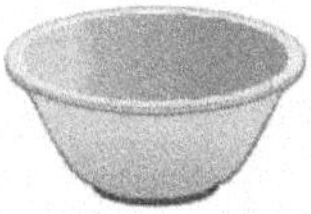	Aluminium bowl
Dẹ́rẹ́bà	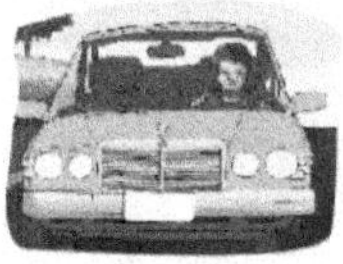	Driver
Dínran	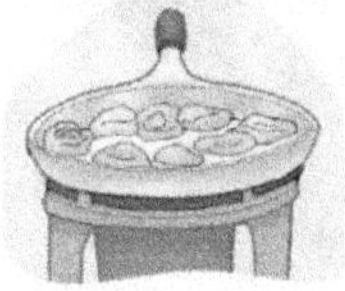	Fry meat/ chicken
Díngí	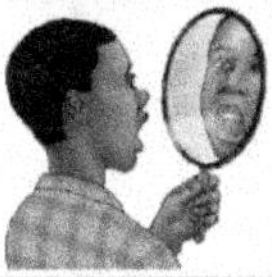	Mirror

Yorùbá	English
Dirí/dirun	 To plait hair
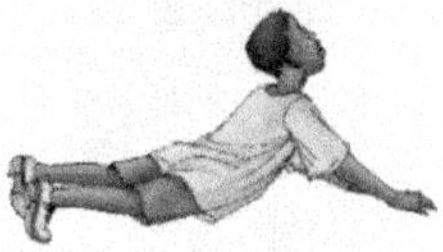 Dòbálẹ̀	Prostrate
Dòdò	 Plantain chips
Dòjé	 Sickle
Dókítà	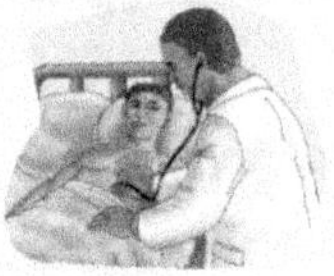 Doctor
Dùbúlẹ̀	 Lie down

Yorùbá	English
	Black
	Property
	Yam chips
	Stand/wait
	Drawer
	Organ

Yorùbá		English
Ebè		Ridge
Èdé	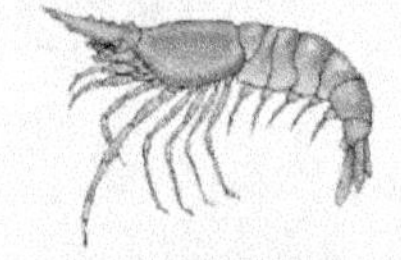	Crayfish
Èédú		Charcoal
Èéfín		Smoke
Èékánná	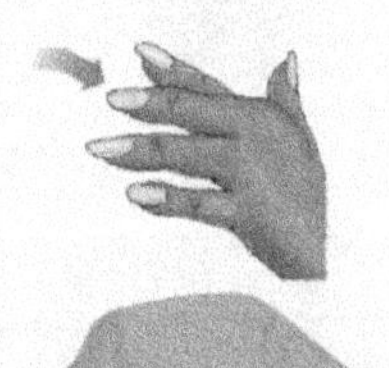	Nail
Èékánná (ẹranko)		Claw

Yorùbá		English
Èkòló	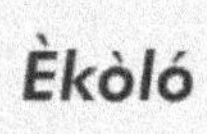	Earth worm
Èepoogi		Back of tree
Èèrà		Ant
Eerú		Ashes
Èkùrọ́		Palm kernel
Ègungun		Bone

Yorùbá		English
Ègúngún		Masquerade
Ehoro		Rabbit
Èjìká		Shoulder
Èjò		Snake
Èku		Mouse/rat
Èkúlu		Fish-trap

Yorùbá		English
Èkùsà		Ring worm
Èlùbọ́		Yam flour
Èlégédé		Pumpkin
Èpò		Palm oil
Èrè		Race
Èrè		Python

Yorùbá		English
Ère		Statue
Èrèé	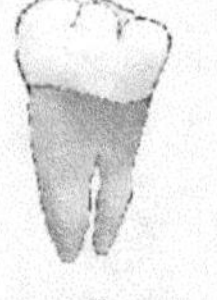	Beans
Èrìgì		Molar tooth
Èrin		Elephant
Èrinmi		Hippopotamus
Èrò		Crowd

Yorùbá		English
Erùpẹ̀	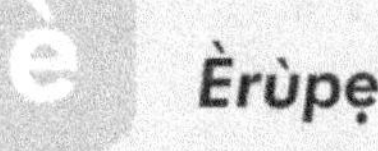	Sand
Eṣinṣin		Housefly
Èṣó		Nail
Èso		Seed/fruit
Esunsun		Termite
Ètè		Lip

Yorùbá		English
Etí		Ear
Èwe		Children
Ewé		Leaf
Ewúrẹ́		Goat
Eyín		Teeth
Eyín erin		Tusk

Yorùbá		English
Ẹbìtì	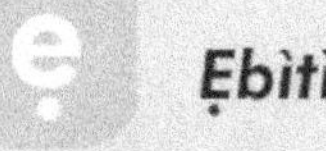	Trap
Ẹ̀dọ̀fóró		Lungs
Ẹ̀dọ̀kí		Liver
Ẹ̀fọ́		Vegetable
Ẹfọ̀n		Bush cow
Ẹ̀fọn		Mosquito

Yorùbá		English
Ẹ̀fọ́nhà		Ribs
Ẹ̀fun-ìkọ̀wé		Chalk
Ẹ̀fúùfù		Wind
Ẹ̀ga		Palm-bird
Ẹ̀gbà-ọwọ́		Bangles
Ẹ̀gbà-ọrun		Necklace

Ègbà-ọrun

Yorùbá		English
Ègé		Cassava
Ègún		Thorn
Ègúsí		Melon
Ẹja		Fish
Ẹkàn	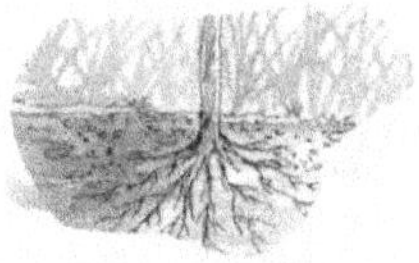	Root
Ẹkẹ		Wrestling

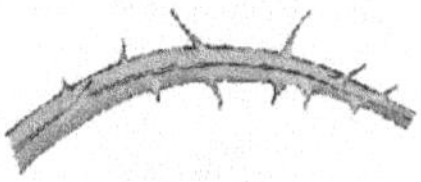

Yorùbá		English
Èkọ ọmọdé		Pride of Barbados
Ẹkun		Tiger
Ẹlébọ́tọ		Cow dung
Ẹlẹdẹ̀		Pig
Èlú		Indigo
Ẹmu		Palm wine

Yorùbá		English
Ẹmú	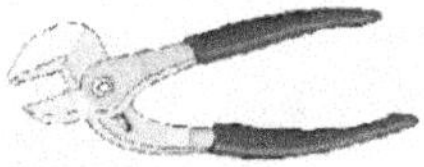	Pliers
Ẹ́ńgìnnì	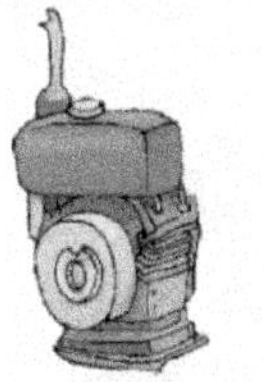	Engine
Ẹní	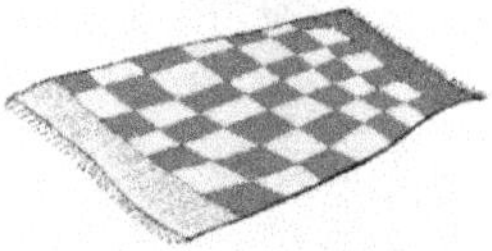	Mat
Ẹnu	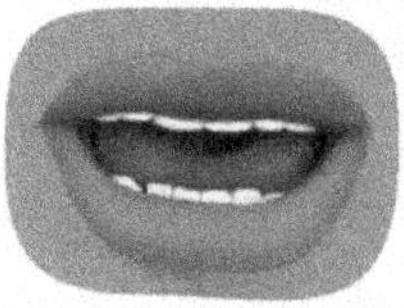	Mouth
Ẹ̀pà	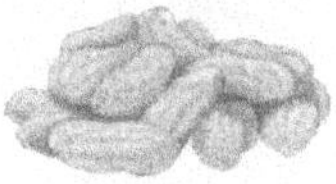	Groundnut
Ẹran	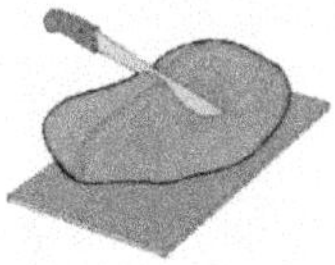	Meat

Yorùbá		English
Ẹranko		Animal
Ẹranòje		Gate
Ẹ̀rèké		Cheeks
Èrọ amúlétutù		Air conditioner
Èrọ amúnáwá		Generator
Èrọ-iránṣọ		Machine

Yorùbá		English
Èrọ-ibanìṣọrọ		Telephone
Èrọ-ìbánìṣòrọ̀-alágbèéká		Mobile phone
Èrọ-ìfami		Pumping machine
Èrọ-ìfọṣọ	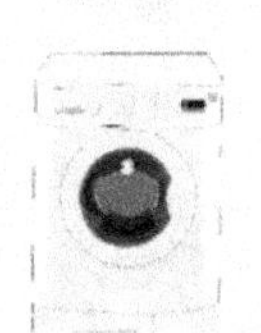	Washing machine
Èrọ ìgéko		Lawn mower
Èrọ-ayára-bí-àṣá		Computer

Yorùbá		English
Ẹrù		Luggage/load
Ẹ̀ṣẹ́-kíkàn		Boxing
Ẹsẹ̀		Leg
Ẹṣin	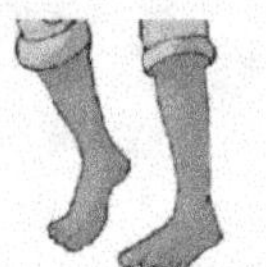	Horse
Ẹṣín		Spear/Javelin
Ẹ̀ṣọ́		Guard

Ẹtù

Yorùbá	English
Ẹtù	 Antelope
Ẹ̀wọ̀n	 Chain
Ẹ̀wù	 Dress
Ẹyẹ	 Bird
Ẹyẹlé	 Pigeon
Ẹyìn	 Palm fruit

Yorùbá		English
Ẹyin		Egg
Ẹyin-díǹdín		Fried-egg
Ẹyin-síṣè		Boiled-egg
Ẹ̀yìn		Back
Ẹ̀yinná		Ember
Ẹyinjú		Eyeball

Yorùbá	English
Fà	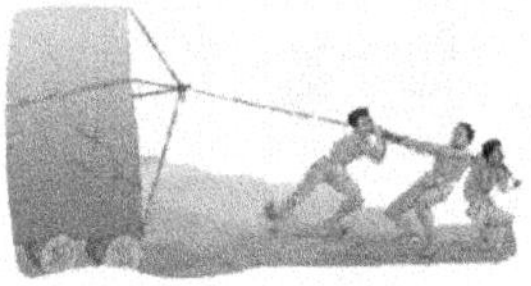 Pull
Fági	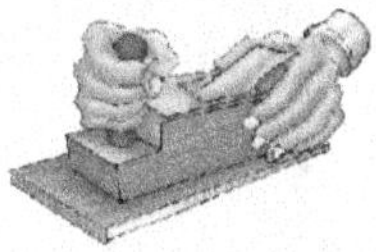 To plane wood
Fàjá	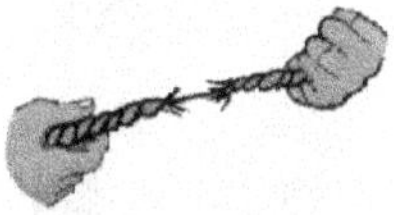 To break
Fàlà	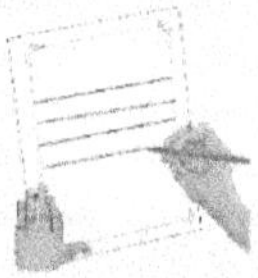 To draw a line
Fara tì	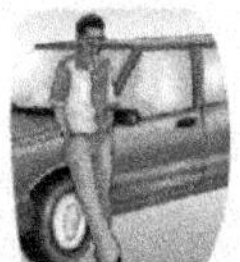 Lean on
Farapa	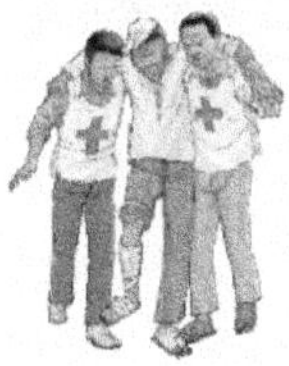 Wounded

Yorùbá		English
Fàya		To tear
Fẹ́		Blow
F'ẹnu k'ẹnu		To kiss
Fèrè		Flute
Fẹ̀règẹ̀jẹ̀		Broad/wide
Fèrèsé		Window

Yorùbá		English
Fẹ̀yìntì		To lean upon
Fídíò		Video
Fíìmù		Film
Fìlà		Cap
Fìtílà		Candle
Fọn		Blow

Yorùbá		English
Fóòkì		Fork
Foríbalẹ̀		To worship
Fọsọ		Wash clothes
Fótò		Photograph
Fún		Give
Funfun		White

Yorùbá		English
Ga		Tall
Gáàsì		Gas
Gáásìlañbù		Gaslight
Gádà		Gangway/walk way Bridge
Gànìnganin		Sour orange
Gé		Cut

Yorùbá		English
Géèmù	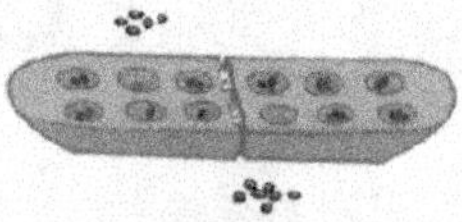	Game
Géètì		Gate
Gèlè		Head gear
Gẹ̀dẹ̀gẹ́dẹ̀		Sediment
Gẹ̀gẹ̀		Goitre
Gẹrun		Hair cut

Yorùbá		English
Gíláàsì		Glass
Gílóòbù		Globe
Gílọ̀ọ̀fù		Glove
Gírọ́fà		Guava
Gìtá		Guitar
Gọ́ọ̀mù		Gum

Yorùbá		English
Gúgúrú		Pop corn
Gúlúù		Glue
Gùn		Climb
Gún		Pound

Yorùbá		English
Gbágùúdá		Cassava
Gbálẹ̀		Sweep
Gbálẹ̀gbálẹ̀		Sweeper
Gbẹ		Lift/carry
Gbédègbẹ́yò		Interpreter
Gbẹ́lẹ̀		Dig

Yorùbá		English
Gbémì		Swallowed
Gbẹ́nàgbẹ́nà		Carpenter
Gbẹ́rẹ́		Incision
Gbẹrẹbúùtù		Bread fruit
Gbọgbẹ́		Wounded
Gbohùngbohùn		Microphone

Yorùbá		English
Gbọ̀ngàn		Hall
Gbọ̀ngbọ̀ràn		Tall and stout
Gbọngún		Bamboo
Gbòòrò		Broad
Gbọ̀rọ̀		Pumpkin
Gbúre		Water leaf

Yorùbá		English
Ìbejì	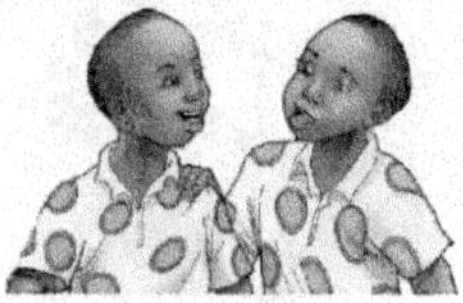	Twins
Ìbẹpẹ	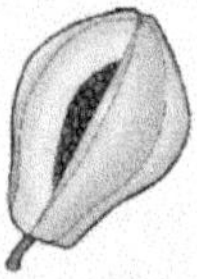	Pawpaw
Ìbọn	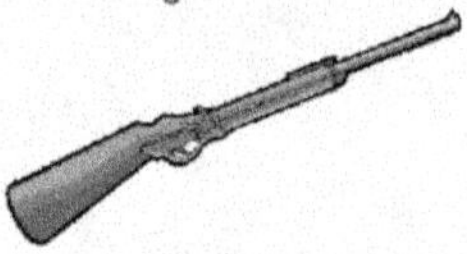	Gun
Ìbọn-iléwọ́	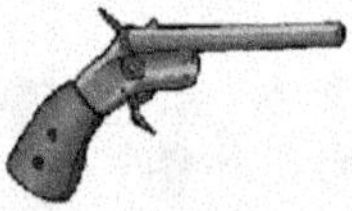	Pistol
Ìbọ̀sẹ̀	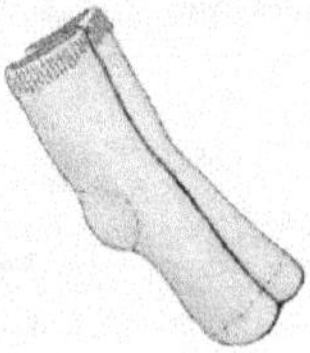	Socks
Ìbọ̀wọ́	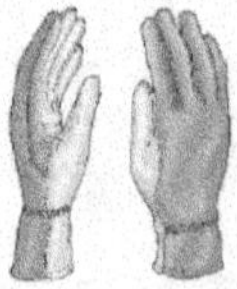	Gloves

Yorùbá		English
Ibùdó	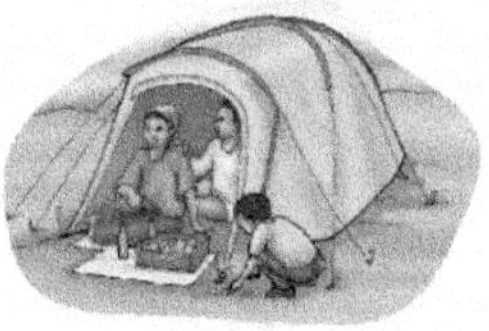	Camp
Ibùsùn	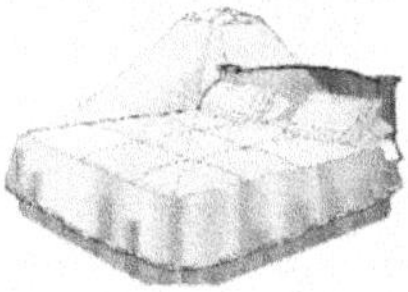	Bed
Idà	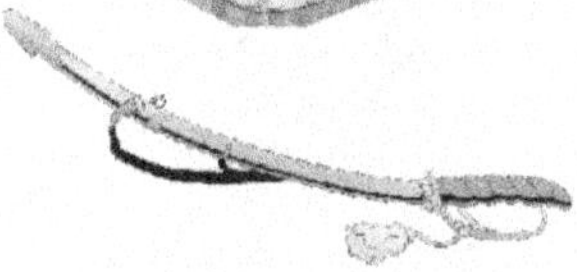	Sword
Ìdérí-ìgò	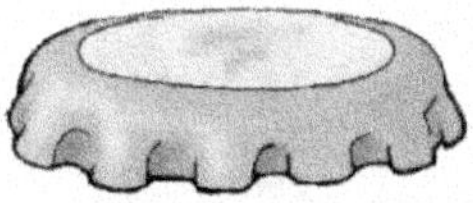	Crown-cover
Ìdérí	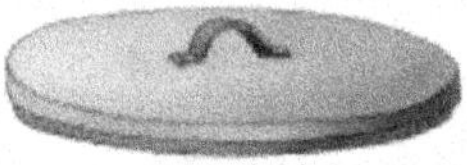	Cover
Ìdí	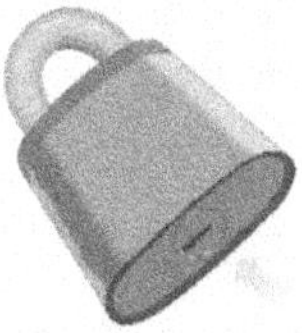	Bottom

Yorùbá		English
Idì		Eagle
Ìdun		Bed-bug
Ife		Cup
Ìfúnpá		Amulet
Igbá		Calabash
Igbà		Climbing rope

Ìgbá

Yorùbá		English
Ìgbá		Garden egg
Ìgbàdo	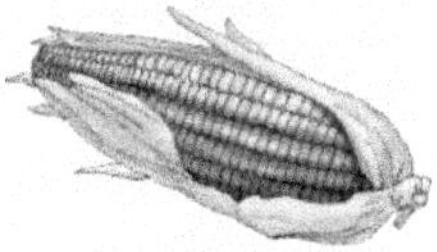	Maize
Ìgbálẹ̀	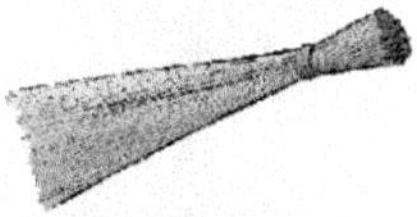	Broom
Ìgànná		Wall
Ìgbátí		Slap
Ìgbín		Snail

Yorùbá		English
Ìgbònwó	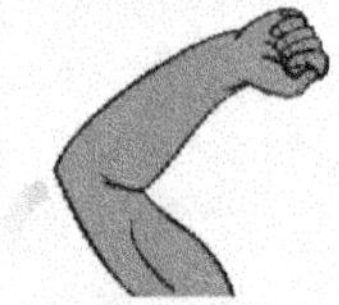	Elbow
Ìgèrè	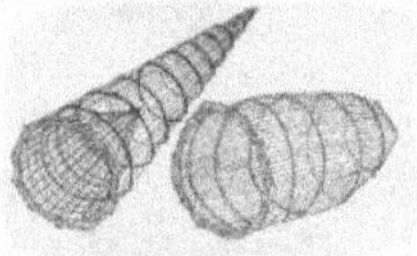	Fish trap
Igi	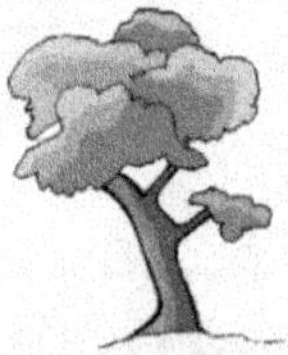	Tree
Igi-Ìdáná	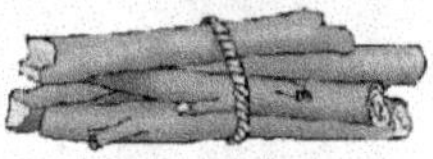	Fire wood
Igun	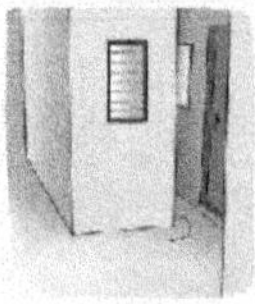	Corner
Igún	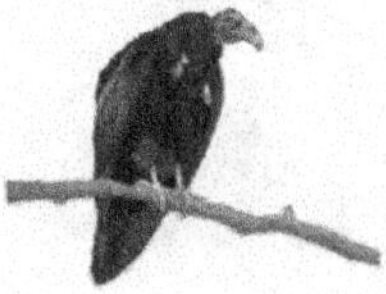	Vulture

Ihò

Yorùbá		English
Yorùbá		**English**
Ihò	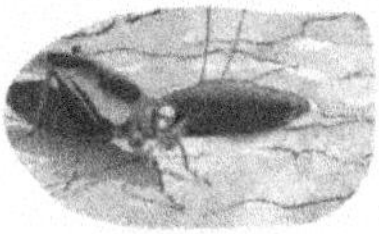	Hole
Ihò-imú	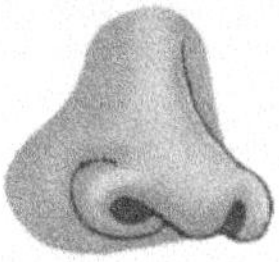	Nostril
Ìjàkadì		Wrestling
Ìjànbá		Accident
Ìjàpá		Tortoise
Ìjẹ	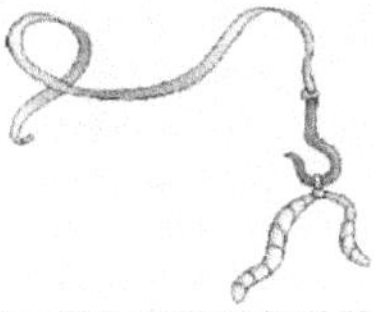	Bait

Yorùbá		English
Ijó	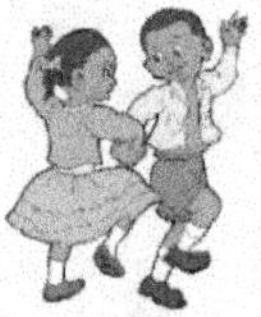	Dancing
Ìka	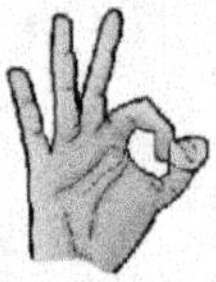	Finger
Ìka-ẹsẹ̀	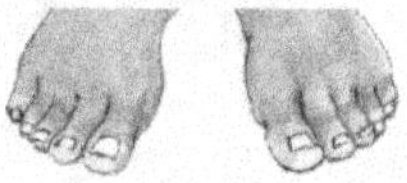	Toes
Ìka-ìfábẹ̀lá	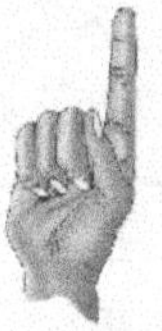	Index-finger
Ìkamùdù	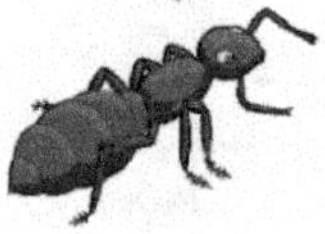	Stink-ant
Ikán	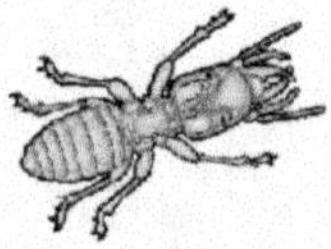	Termite

Yorùbá	English
Iké	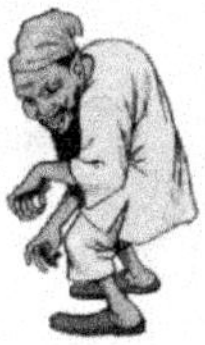 Hunch back
Ike	Plastic
Ìkòkò-tábà	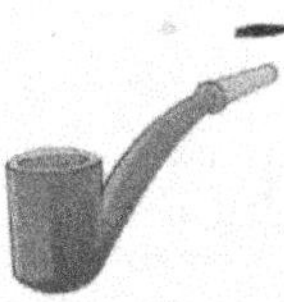 Pipe
Ìkókó	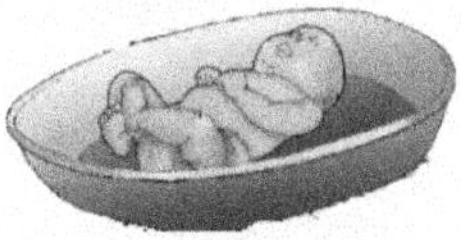 Baby
Ìkólẹ̀	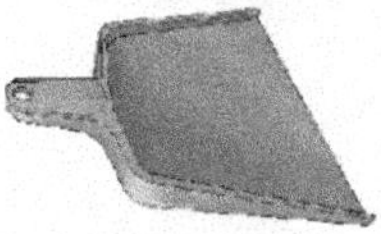 Dust pan
Ìkúùkù	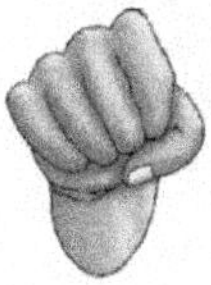 Fist

Yorùbá	English
Ilá	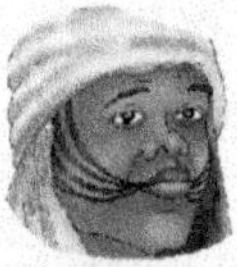 Line/tribal marks
Ilé-ẹjọ́	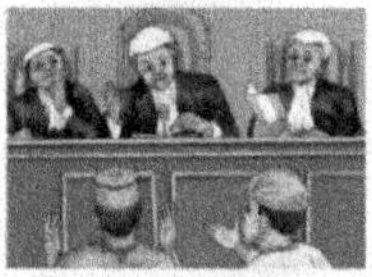 Law court
Ilé ìgboògùn	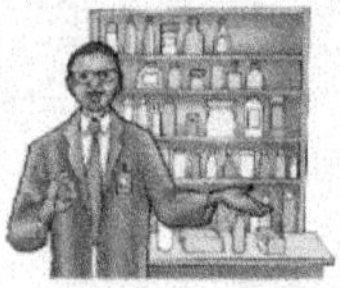 Pharmacy
Ilé ìtọ̀	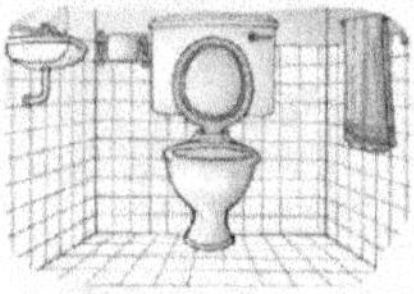 Toilet
Ilẹ̀	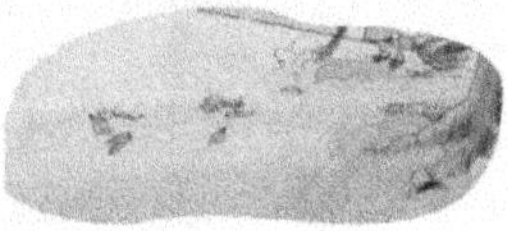 Ground
Ilé	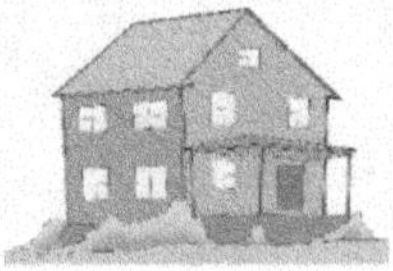 House

i

Ilé abẹ

Yorùbá		English
Ilé abẹ	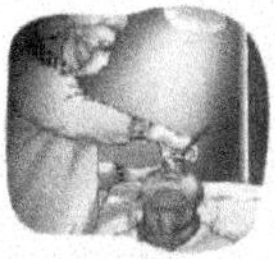	Hospital theatre
Ilé-èkọ́	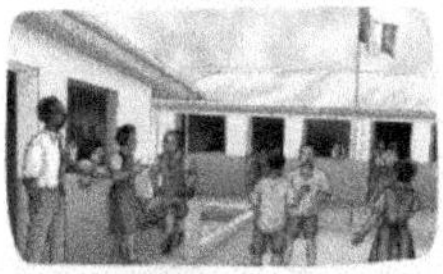	School
Ilé ìfowópamọ́	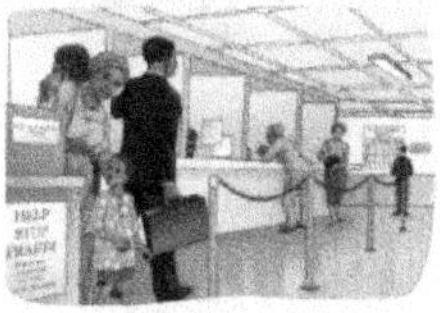	Bank
Ilé ìgbẹ̀bí	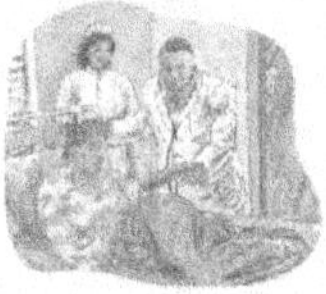	Maternity
Ilé ìgbọ̀nsẹ̀ aláwo	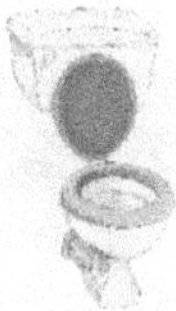	Water closet
Ilé ìtajà	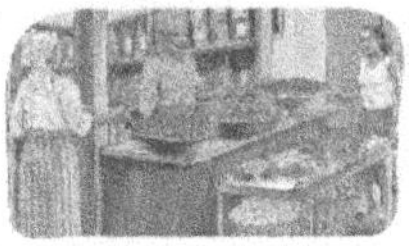	Shop

Yorùbá	English
Ilé ìtura	Hotel
Ilé-ìwòsàn	Hospital
Ìlèkè	Beads
Ìlèkùn	Door
Ilé oyin	Beehive
Ìlù	Drum

Yorùbá	English
Ìlu	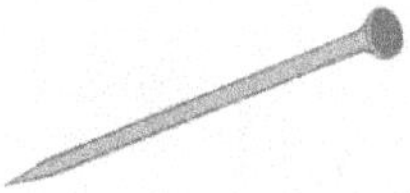 Punch
Imí ọjọ́	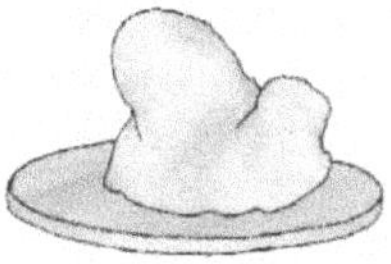 Sulphur
Imú	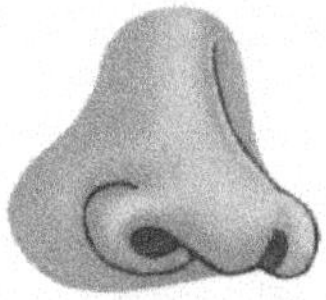 Nose
Iná	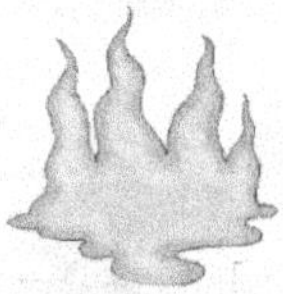 Fire
Ìnàkí	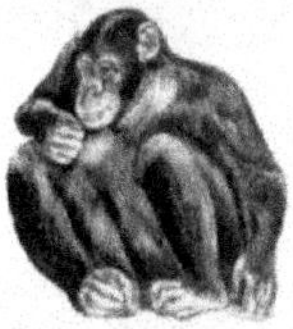 Chimpanzee
Inú/Ikùn	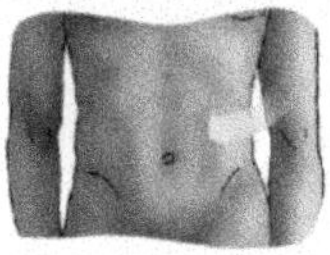 Stomach

Yorùbá		English
Ikúùkù		Hand punch
Ìpadò		Water course
Ìpàkó		Occiput
Ipa ọ̀nà		Path
Ìpara		Body cream
Ìpépé		Scales of fish

Ìpọ́nri

Yorùbá		English
Ìpọ́nrin		File[metal]
Ìràwọ̀		Star
Ìrẹ̀		Cricket
Ìrẹsì		Rice
Irin		Iron
Ìrorẹ́		Pimples

Yorùbá		English
Ìròrí		Pillow
Ìrùkèrè		Horse tail
Irùngbòn		Beard
Ìṣáàsùn	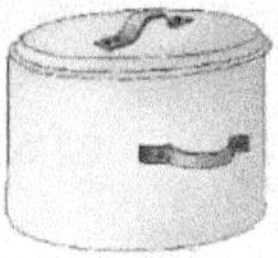	Soup pot
Ìṣáká	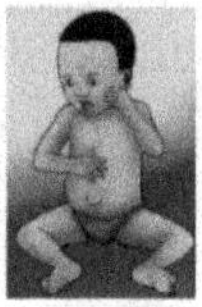	Crawcraw
Ìṣáná	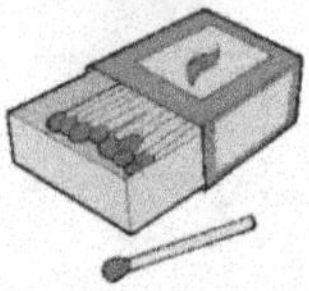	Matches

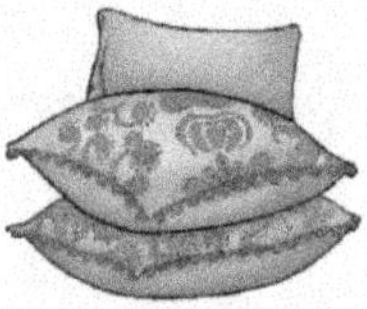

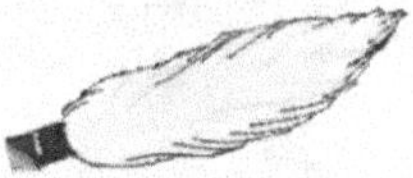

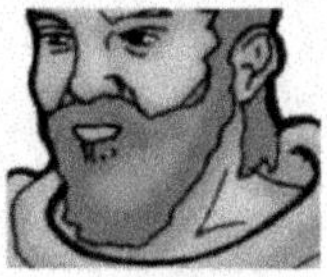

Iṣẹ́ abẹ

Yorùbá	English
Iṣẹ́ abẹ	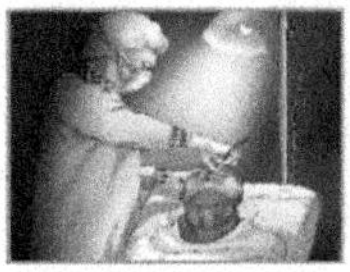 Surgery
Ìṣítí	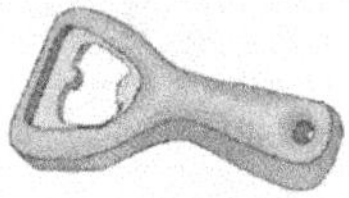 Opener
Ìsọ̀	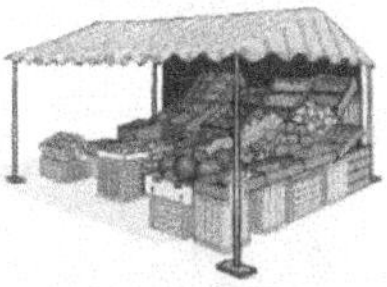 Stall
Iṣu	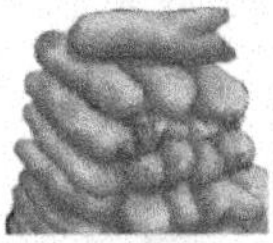 Yam
Itan	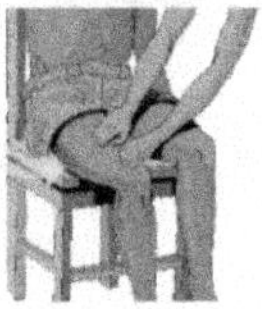 Thigh
Ìtẹ́	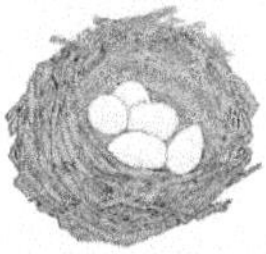 Nest

Yorùbá		English
Itẹ́ okú		Cemetery
Ìtì igi		Log
Ìtọ̀		Urine
Itú		He-goat
Ìwé ẹ̀rí		Certificate
Ìwé		Book

Iwe

Yorùbá		English
Iwe		Gizzard
Ìwọ̀		Hook
Ìwo		Horn
Ìyàwó		Bride
Ìyẹ́		Feather
Ìyèré		Black pepper

Yorùbá		English
Iyò		Salt
Ìyòṣó		Nail remover/ Prybar
Iyùn	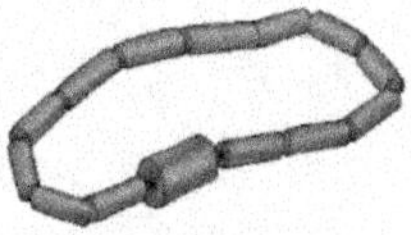	Coral-beads

h Hámà

Yorùbá		English
Hámà	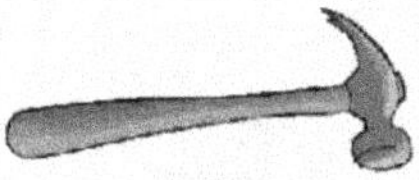	Hammer
Háràhárà	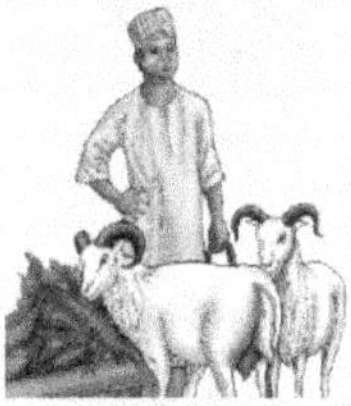	Ram for sale
Háyà	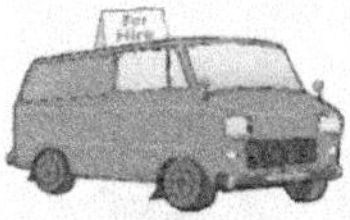	Hire
Hẹ̀rìmọ̀	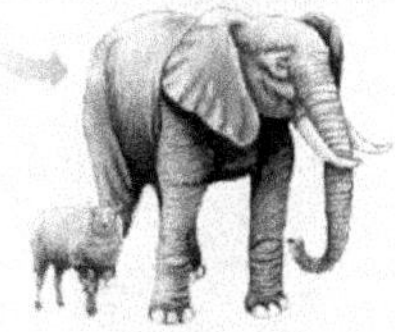	Big
Híhá	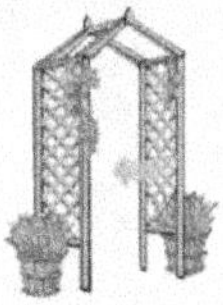	Narrow
Híhún	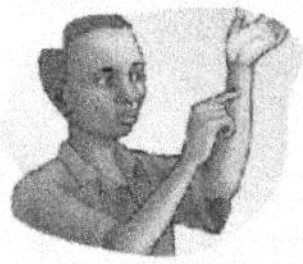	Itching

Yorùbá		English
Hó		Boil
Hù		Sprout
Hun		Knit
Hunṣọ		Weave

J Jà

Yorùbá		English
Jà	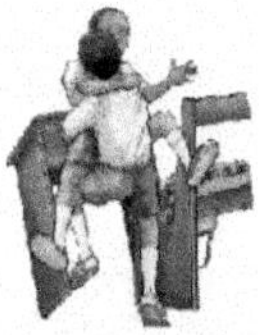	Fight
Jáàkì	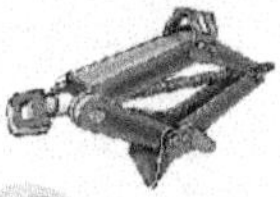	Jerk
Jàgùdà	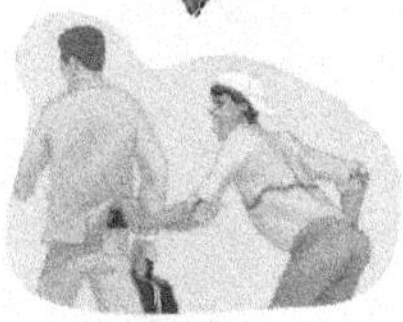	Pick- pocket
Jagunjagun	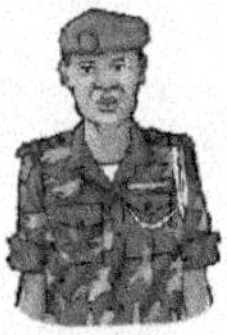	Soldier
Jákẹ̀ẹ̀tì	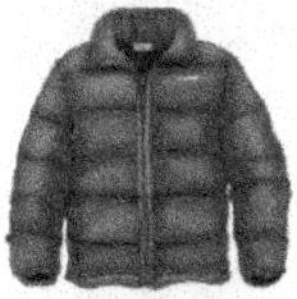	Jacket
Jálá	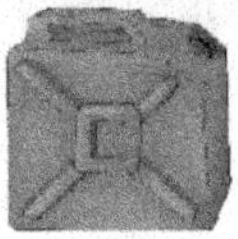	Gallon

Yorùbá		English
Jámọ́ọ̀nì	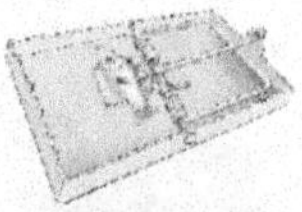	German trap
Jàndùkú		Thugs
Jẹ		Eat
Jẹun		To eat
Jígà		Pick axe
Jìn	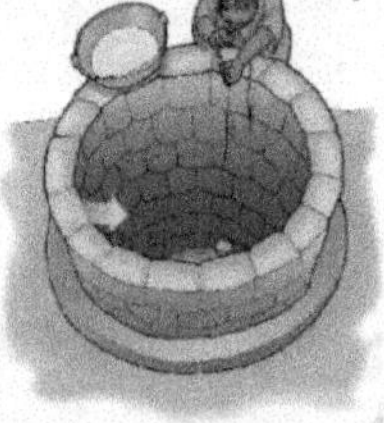	Deep

Yorùbá		English
Jínjà		Ginger
Jóbèlè		Kite
Jókòó		Sit
Jọ̀ọ̀gì		Jug
Jọ́tà		Jotter
Jórinmọ́rin		Welder

Yorùbá	English
Kábínẹ̀ẹ̀tì	 Cabinet
Kajú	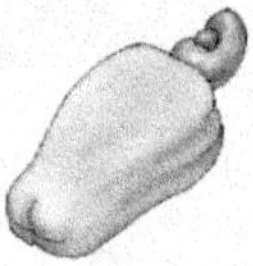 Cashew
Kàkàkí	 Trumpet
Kálámù	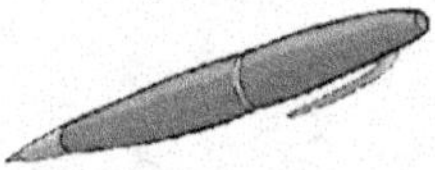 Pen
Kàléñdà	 Calendar
Kámẹ̀rà	 Camera

Yorùbá		English
Káńfò	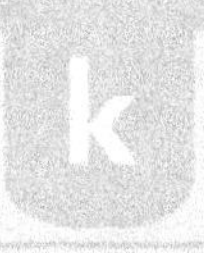	Camphor
Kànga		Well
Kànìnkànìn		Sponge
Kànnàkànnà		Catapult
Kápéétì		Carpet
Káróòtì		Carrot

Yorùbá	English
 Káséẹ̀tì	Cassette
Kasíà	 Acacia
Katakata	 Tractor
Katikíìsì	 Catechist
Kàwé	 Read
Kẹ́ẹ̀gì	 Keg

Kéèjì

Yorùbá		English
Kéèjì		Cage
Kèèké		Bicycle
Kéèpù		Cape
Kèlèbè		Phlegm
Kẹlúkẹlú		Banana flour
Kereyọọnù		Crayon

Yorùbá		English
Kete	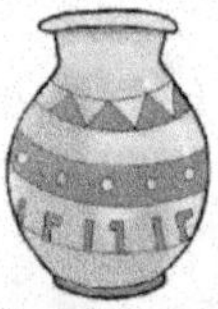	Clay pot for water
Kẹ́tẹ́kẹ́tẹ́	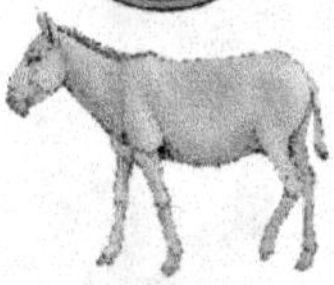	Donkey
Kẹ̀tẹ̀nbẹ́	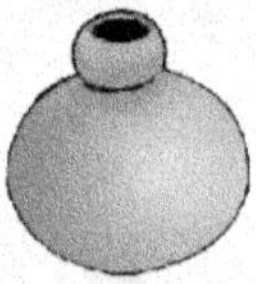	Huge gourd
Kíláàsì	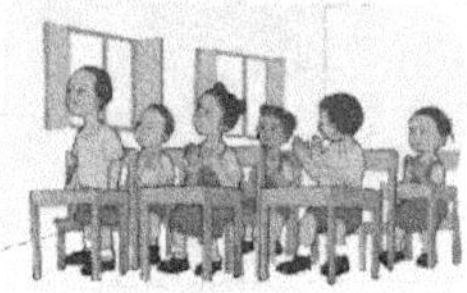	Class
Kímbáàlì	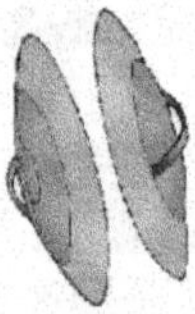	Cymbal
Kíndìnrín	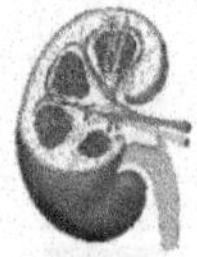	Kidney

Yorùbá		English
Kìnnìún		Lion
Kọ́búrà		Corporal
Kòkó		Cocoa
Kókó		Knot
Kòkòrò		Insect
Kọ́kọ́rọ́		Key

Yorùbá		English
Kòlòkòlò		Fox
Kónbòòdù		Cupboard
Kóókò		Cocoyam
Kóóko		Grass
Kóòmù		Comb
Kóòtù		Coat

Yorùbá		English
Kọrin		Sing
Kóro		Seed
Korobá		Bucket
Kòròfo		Empty nutshell
Kọ́sẹ́ẹ̀tì		Corset
Koto		Helmet

Yorùbá		English
Kòtò		Pit
Kọ̀wé		Write
Kúkù		A cook
Kùkùté		Stump
Kúkúrú		Short
Kùmọ̀		Cudgel

Yorùbá		English
Kúnlẹ̀		Kneel
Kùránì		Quran
Kùùkú		Fowl-coop

Yorùbá	English
Labalábá	Butterfly
Ládugbò	Pail
Láfún	Cassava Flour
Lámilámi	Dragonfly
Lántà	Lantern
Láwàní	Turban

Yorùbá		English
Lébìrà		Labourer
Léfòó		Float
Légbélègbé		Tadpole
Lèmọ́mù		Imam
Lílọ́		Twisted
Lọ́fíndà		Lavenda

Yorùbá		English
Lóṣòó	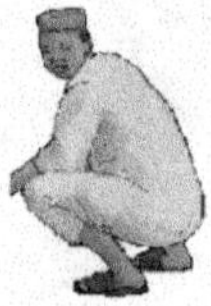	Squat
Lóyún	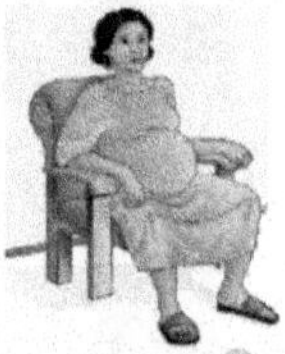	Pregnant
Lúwèé		To swim

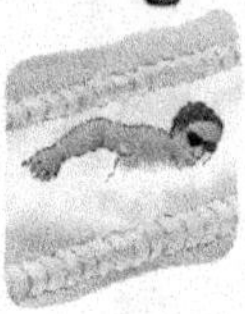

Yorùbá		English
Mángòrò		Mango
Mílììkì		Milk
Mọgbà		Sango priest
Móhùnmáwòrán		Television
Mọkálíìkì		Mechanic
Mọlémọlé		Bricklayer

Yorùbá		English
Mọ̀lẹ́bí		Family/relatives/ Kinsmen
Mọ̀nàmọ́ná	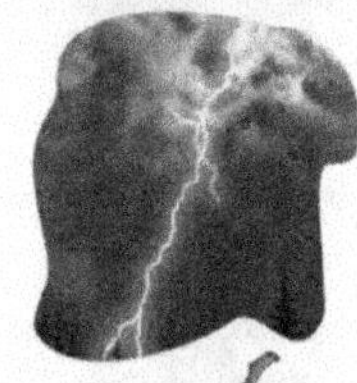	Lightning
Mòòkùn		Dive
Mọṣáláṣí		Mosque
Mu		Drink

Yorùbá	English
Nà	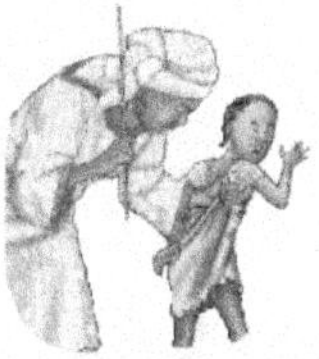 Flog
Nàka	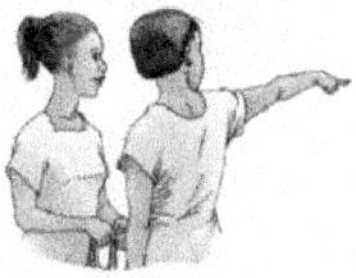 Point
Námọ̀	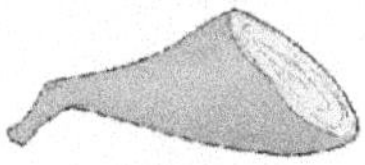 Cow meat
Nañba	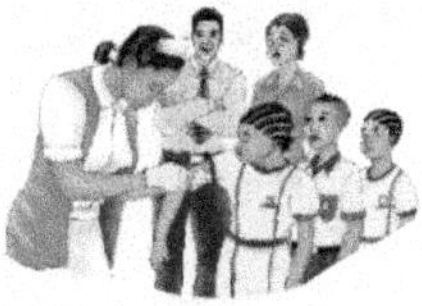 Vaccine
Nọ́ọ̀sì	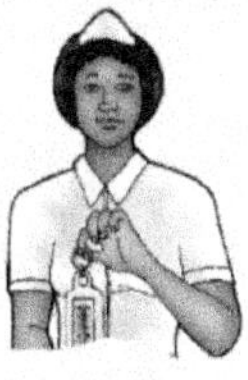 Nurse
Nọ́ọ̀tì	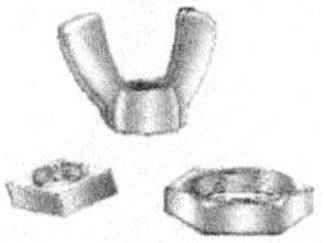 Nut

Yorùbá		English
Òbèlè		Paddle
Obí		Kolanut
Obìnrin		Female
Òbúkọ		He-goat
Odi		Fence
Odídẹrẹ́		Parrot

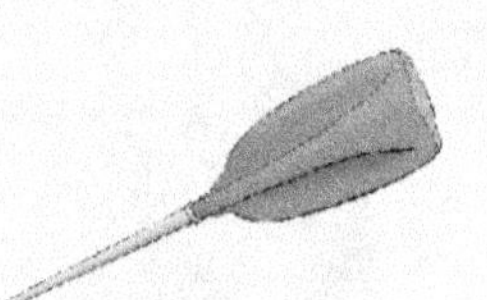

Yorùbá		English
Òdo / Òfo	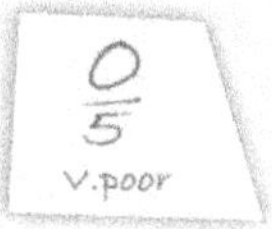	Zero
Odó	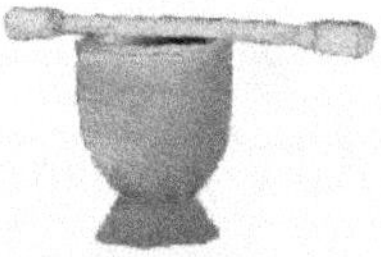	Mortal
Odò	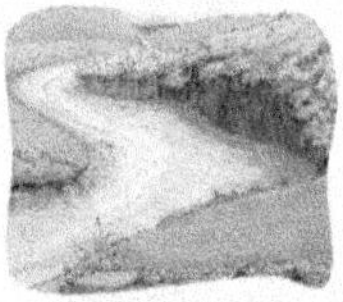	River
Òdòdó	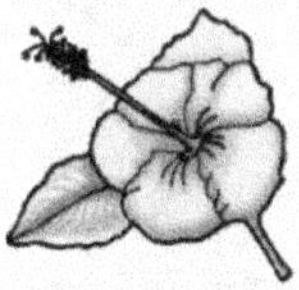	Flower
Òfifo	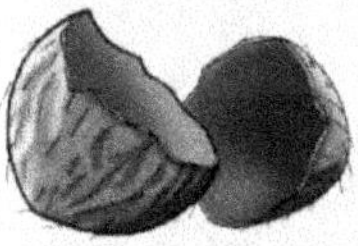	Empty
Ògòngò	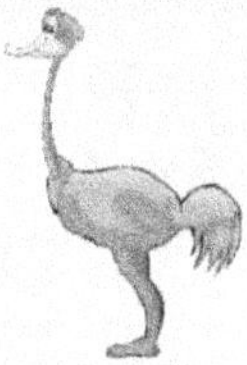	Ostrich

Yorùbá		English
Ojóbo		Loop
Òjòlá		Python
Ojú	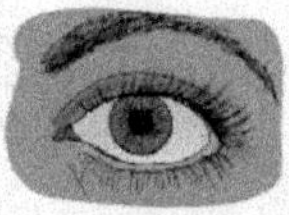	Eyes
Ojúbọ		Shrine
Ojúoró		Seaweed
Olùkọ́		Teacher

Olùṣọ́-àgùntàn

Yorùbá		English
Olùṣọ́-àgùntàn		Pastor
Olùṣọ́gbà		Gardener
Omi		Water
Òmùwẹ̀		Swimmer
Òmirán		Giant
Oníbàárà		Customer

Yorùbá		English
Oníbáárà		Beggar
Onígbàjamọ̀		Barber
Onígbáméjì		Cholera
Oníròyìn		Reporter
Oníṣègùn òyìnbó		Doctor
Oníṣègùn ìbílè		Herbalist

Yorùbá	**English**
Onísòwò	Trader/merchant
Onítúbú	Gaoler
Oníwàásù	Preacher
Oògùn	Medicine
Òòrè	Porcupine
Òòró	Erect position

Yorùbá		English
Oòrùn		Sun
Òòyà	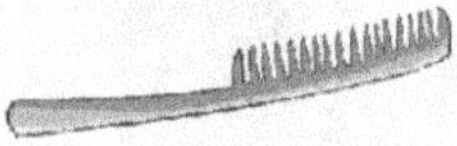	Comb
Òpó		Post/pillar
Opó		Widow
Òpópó		Street
Orí		Head

Yorùbá		English
Orígun		Corner
Oríkèé		Joint
Orín		Chewing stick
Oriri		Wood dove
Òríso		Stable / stall
Orógbó		Bitter kola

Yorùbá		English
Òròmodìe		Chicks
Òrónbó	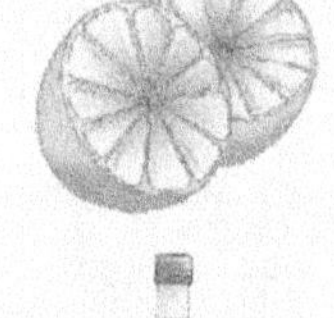	Lime
Òróró		Vegetable oil
Òrùka		Ring
Òrùlé		Roof
Orúnkún		Knee cap

Oṣé

Yorùbá	English
Oṣé	Club of Sango
Òṣèré	Actor
Òṣùká	Head pad for carrying load
Òṣùmàrè	Rainbow
Òṣùpá	Moon
Òtẹ́ẹ̀lì	Hotel

Yorùbá		English
Oúnjẹ	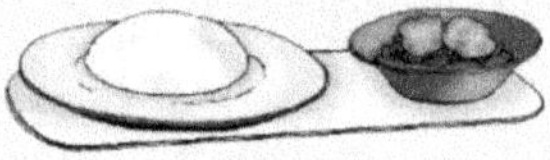	Food
Òwìwí	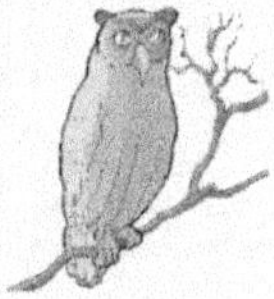	Owl
Owó-eyo	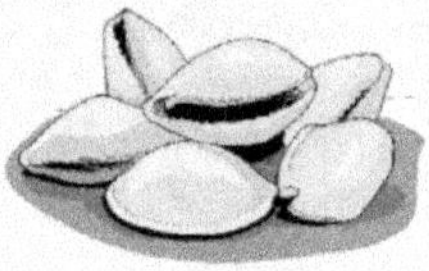	Cowry
Owó	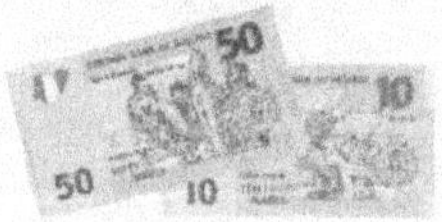	Money
Òwú	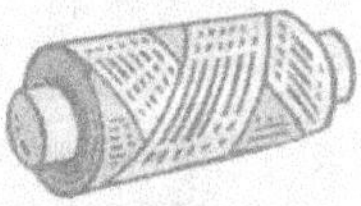	Thread
Oyin	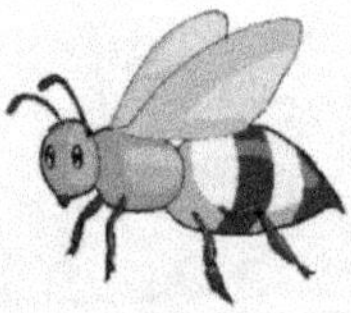	Bee

Yorùbá		English
Yorùbá		**English**
Oyin		Honey
Oyún		Pregnancy

Yorùbá		English
Ọba		King
Ọbabìrin		Queen
Òbẹ		Knife
Ọbẹ̀		Soup
Ọ̀bọ		Monkey
Ọ̀bọ̀nùnbọnùn		Beetle

Yorùbá		English
Ọ̀dà		Paint
Ọ̀daràn		Criminal
Ọdẹ		Hunter
Ọ̀dọ́		Youth
Ọ̀dọ́-àgùtàn		Lamb
Ọ̀dúndún		Water leaf

Yorùbá		English
Òdùnkún		Sweet potatoes
Ọfà		Arrow
Òfọ́n-ọ̀n		Mouse
Ògà		Chameleon
Ọgbà-àjàrà		Vineyard
Ọgbẹ́	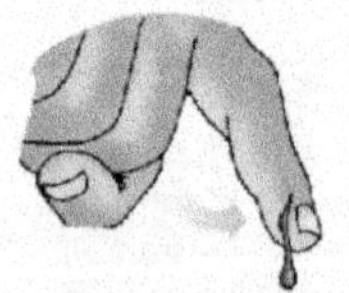	Cut

Yorùbá		English
Yorùbá		**English**
Ọ̀gbìn		Plant
Ọ̀gbun		Ditch
Ọ̀gẹ̀dẹ̀-àgbagbà		Plantain
Ọ̀gẹ̀dẹ̀-wéwé		Banana
Ọ̀gọ		Club
Ọ̀jáàgbá		Hoop

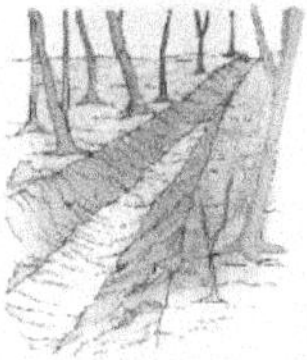

Yorùbá		English
Ọjà		Market
Òjẹun		Glutton
Ọkàn		Heart
Òkẹ́rẹ́		Squirrel
Ọ̀kín		Peacock
Ọkinni		Needle

Ọkọ̀-agbájé

Yorùbá		English
Ọkọ̀-agbájé		Trailer
Ọkọ̀-ẹrù		Goods van
Ọkọ		Husband
Ọkọ̀		Vehicle/motor
Ọkọ́		Hoe
Ọkọ-ìyàwó		Bride-groom

Yorùbá		English
Ọ̀kọ̀		Spear
Ọkọ̀-òfuurú		Airplane
Ọkọ̀-ojú irin		Train
Ọkọ̀-ojú omi		Ship
Ọkùnrin		Male
Ọlẹ̀		Foetus

Yorùbá		English
Ọlọọta		Millstone
Ọlọ́pàá		Policeman
Ọmọ odó		Pestle
Ọmọ		Child
Ọmọ-àgbọ̀nrín		Fawn
Ọmọ-ajá		Puppy

Ọmọọṣẹ Ọ

Yorùbá		English
Ọ̀mọ̀lé	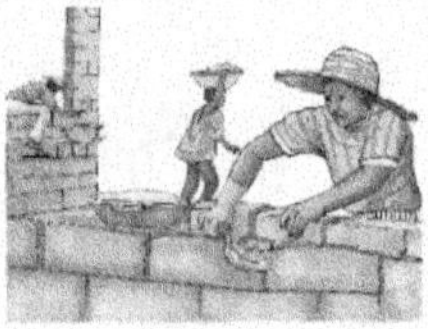	Builder
Ọmọ-màálù	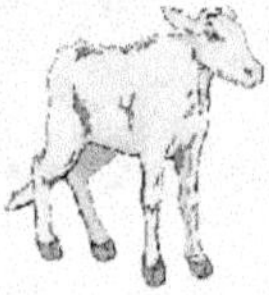	Calf
Ọmọ́ọ̀lé	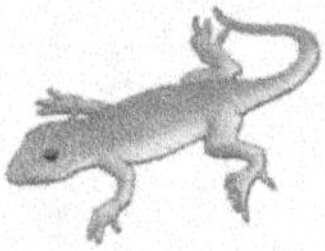	Gecko lizard
Ọmọowú	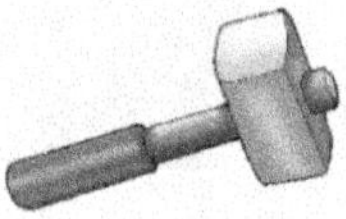	Blacksmith hammer
Ọmọlañke	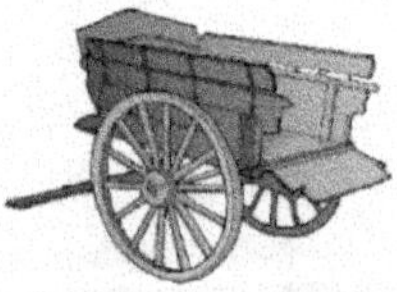	Cart
Ọmọọṣẹ́	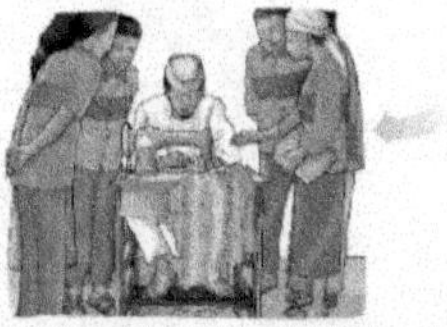	Apprentice

Ọnà

Yorùbá		English
Ọnà		Way
Ọ̀ọ̀kùn		Millipede
Ọ̀ọ̀nì		Crocodile
Ọ̀pá		Staff
Ọ̀pá fitílà		Candle
Ọ̀páàṣẹ		Sceptre

Yorùbá		English
Ọ̀pá-ìtìlẹ̀		Walking stick
Ọ̀páláñbá		Broken bottle
Ọparun	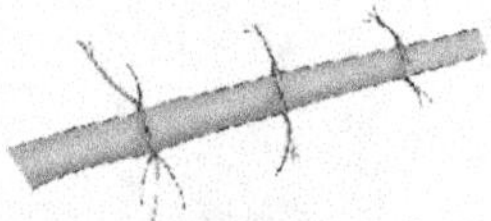	Bamboo
Ọ̀pẹ		Palm tree
Ọ̀pẹ́lẹ́ñgẹ́		Slender person
Ọpọlọ	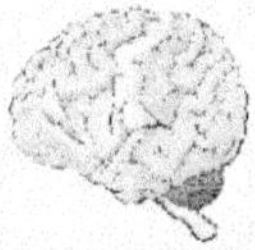	Brain

Ọ Ọ̀pọ̀lọ́

Yorùbá		English
Ọ̀pọ̀lọ́	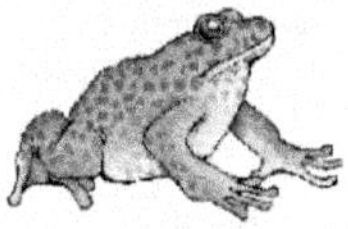	Frog/toad
Ọ̀pẹ̀-òyìnbó	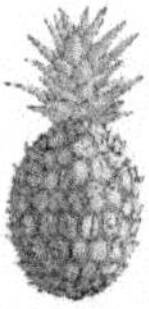	Pineapple
Ọ̀run		Heaven
Ọrùn-esè	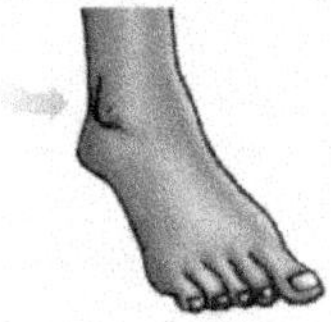	Ankle
Ọrùn	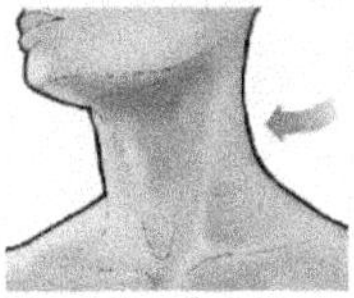	Neck
Ọrùn ọwọ́	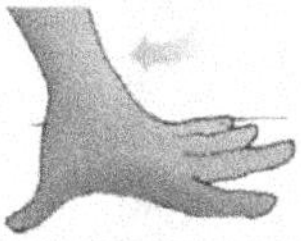	Wrist

Yorùbá		English
Ọsàn		Orange
Ọṣẹ ìfọyín	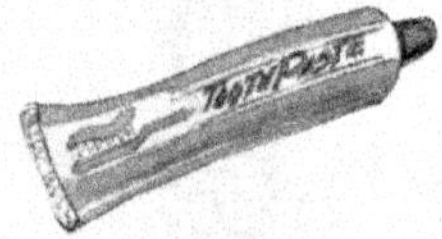	Tooth paste
Ọṣẹ		Soap
Òṣọ́		Decoration
Ọta		Bullet
Ọtí líle		Alcohol

Ọwẹ

Yorùbá		English
Ọwẹ		Morsel
Ọwọ̀		Broom
Ọwọ́ ìlẹ̀kùn		Door handle
Ọwọ́		Hand
Ọwọ́-iná		Flame
Ọwọ́-òsì		Left hand

Yorùbá		English
Ọwọ́-ọ̀tún	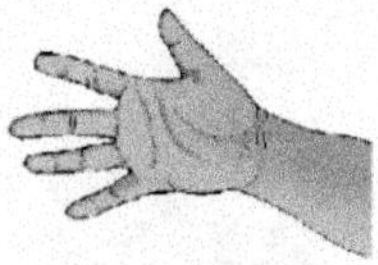	Right hand
Ọ̀yà		Cane rat/ Grass cutter

p

Páálí-ìṣáná

Yorùbá		English
Páálí-ìṣáná	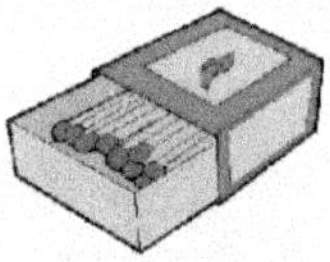	Match box
Páálí	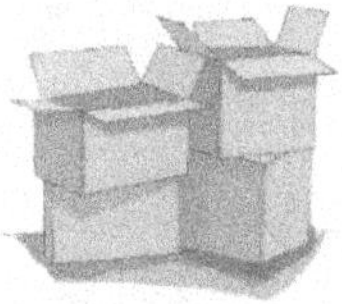	Cardboard
Pàánù	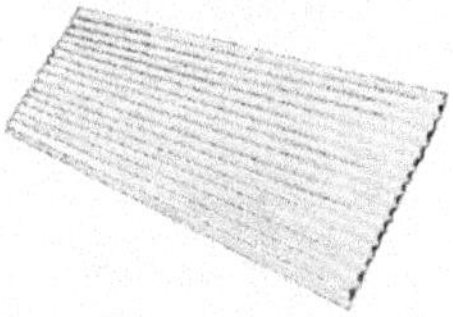	Iron sheet
Páàrì	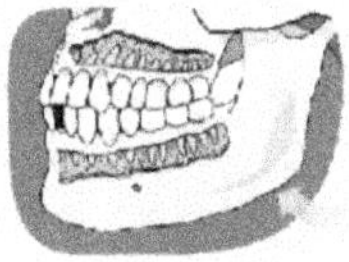	Jaw/jaw-bone
Pádi	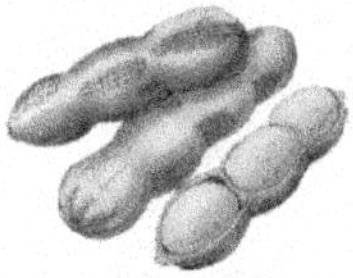	Pod
Pákẹ́ẹ̀tì	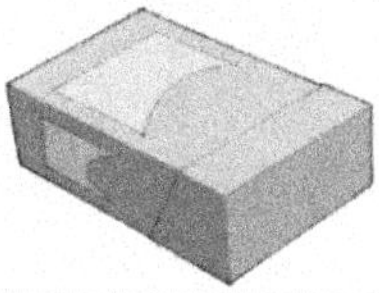	Packet

Panpẹ́

p

Yorùbá		English
Pákí	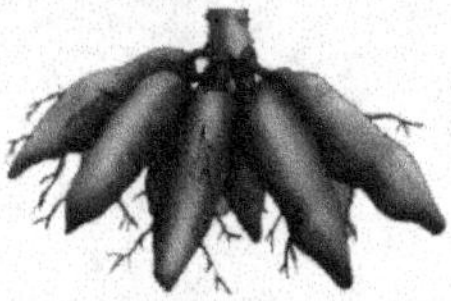	Cassava
Pákò	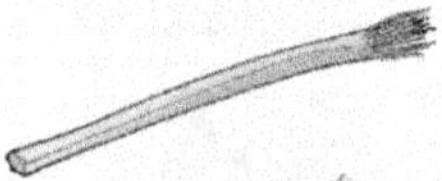	Chewing stick
Pàkúrọ́	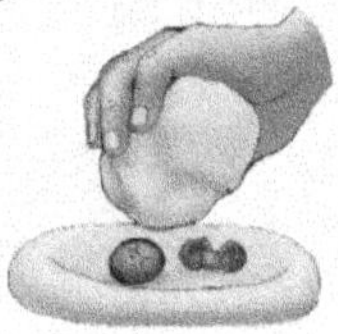	To crack palm kernel
Pákúté	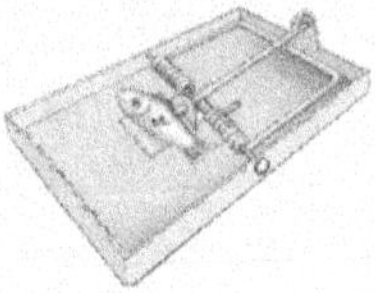	Trap
Pañla	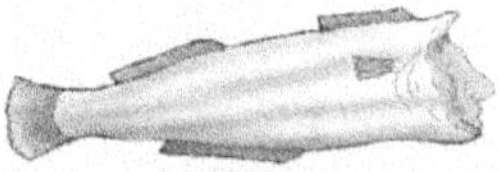	Stockfish
Panpẹ́	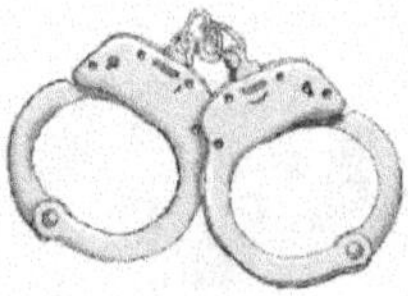	Handcuff

P Pàntí

Yorùbá		English
Pàntí	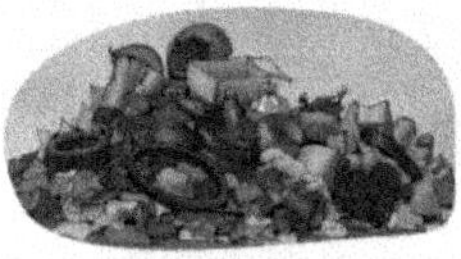	Dirt/litter
Pápá	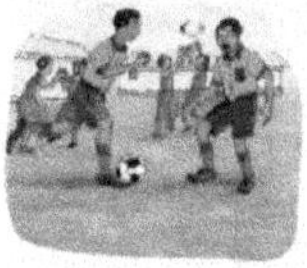	Field
Pápákọ̀-òfuurufú	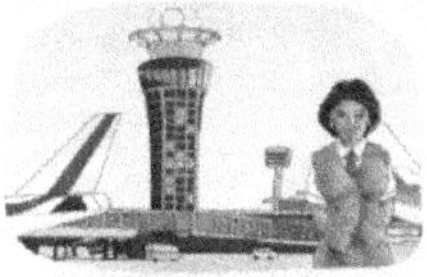	Airport
Paramọ́lẹ̀	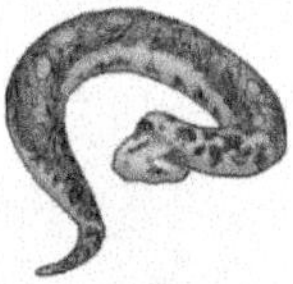	Viper/adder
Párì	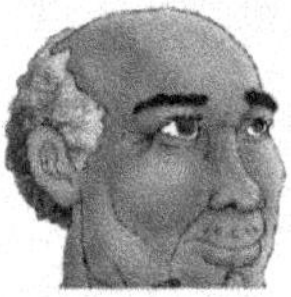	Bald head
Pàsán	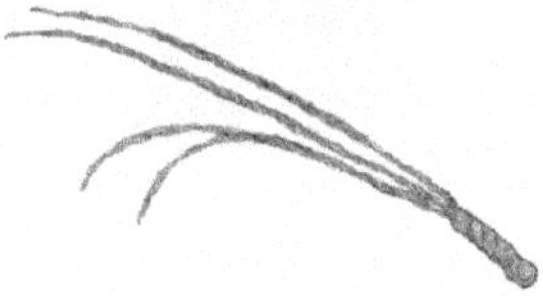	Whip

Yorùbá		English
Pátá	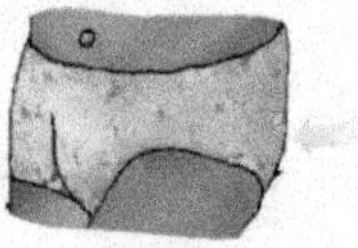	Pant
Pátákó	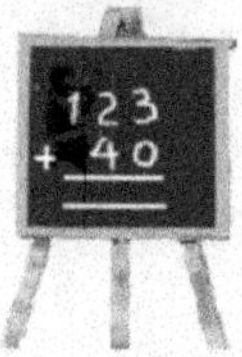	Board/plank
Pátákò	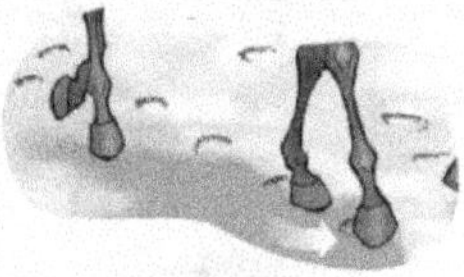	Hoof
Pàtẹ́wọ́	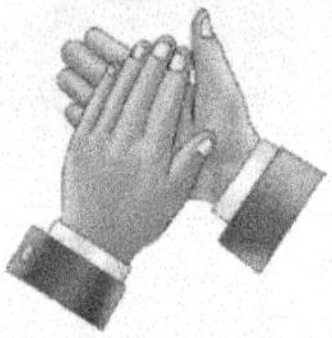	To clap
Patiẹ	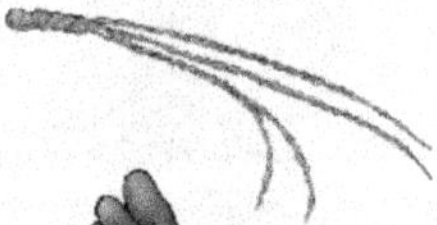	Whip
Pàtí-ẹsẹ̀	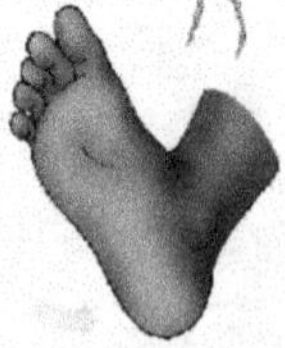	Heel of the foot

p

Péèlì

Yorùbá	English
Péèlì	Pail
Péènì	Pen
Péjọ	Assemble
Pénpé	Shorts
Pélébé/perese	Flat
Pénsùlù	Pencil

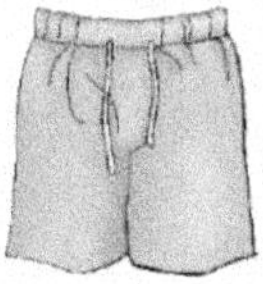

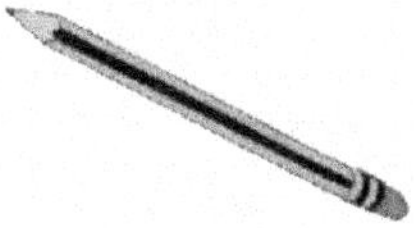

Yorùbá		English
Pẹpẹ		Platform
Pépélè		Pavement
Pẹ́pẹ́yẹ		Duck
Pẹ̀tẹ́ẹ̀sì		Storey building
Pẹtimọ́tò		Portmanteau
Píláyà		Plier

Yorùbá		English
Pín		Share
Pọ́nbù		Tap
Pọ́npó		Cudgel
Pọn		Climb
Póò		Potty
Pọ̀ọ̀sì		Purse

Yorùbá		English
Pópó	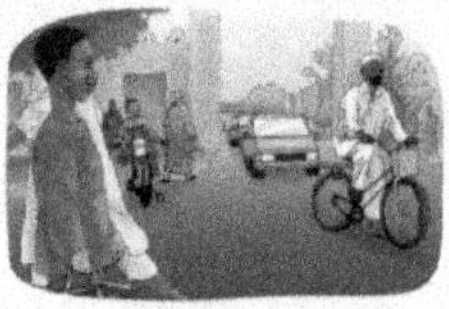	Street
Pósí	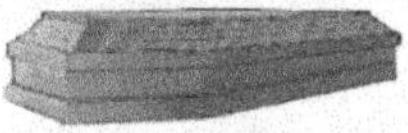	Coffin
Pupa		Red
Púpẹ̀ẹ̀tì	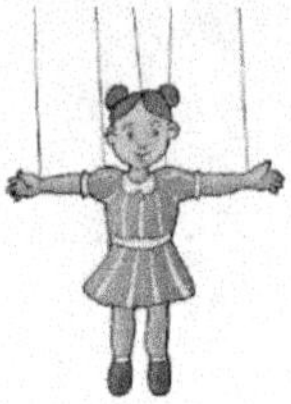	Puppets

Yorùbá		English
Yorùbá		**English**
Ra	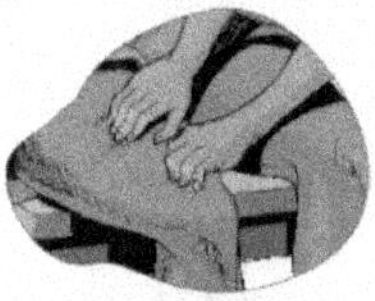	Rub
Ráàkì		Rack
Rákẹ̀ẹ̀tì	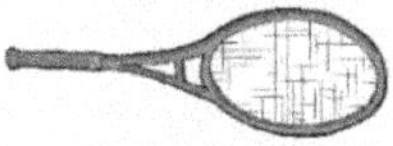	Racket
Rákòrò		Crawl
Ràkúnmí		Camel
Rànwú		To spin

Yorùbá		English
Ràrá		Dwarf
Rédíò	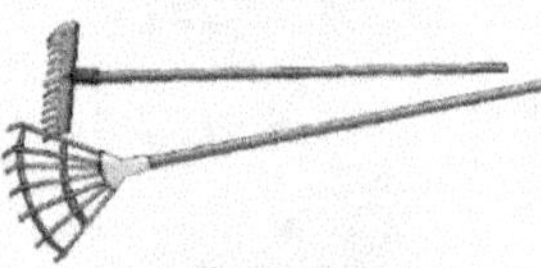	Radio
Réèkì		Rake
Rélùwéè		Railway
Rẹ́rìn-ín		Laugh
Résọ̀		Razor

Yorùbá		English
Rin	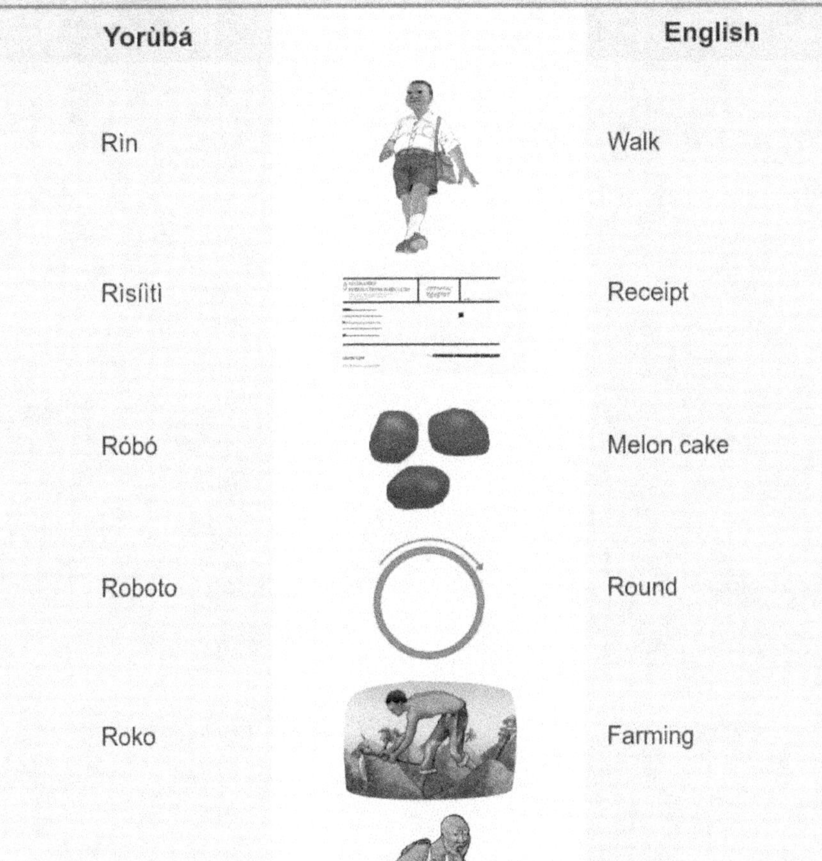	Walk
Rìsíìtì		Receipt
Róbó		Melon cake
Roboto		Round
Roko		Farming
Ronú		Think

r

Yorùbá		English
Róòlù		Roll
Rọ		Pour
Róbà		Rubber
Róọ̀gì		Rug
Rókéẹtì		Rocket
Róọ̀mu		Rum

Yorùbá		English
Rọ̀rọ̀		Dewlap
Rù		Carry
Rúlà		Ruler

Yorùbá	English
Sá pamọ́	 Hide
Sáàsì	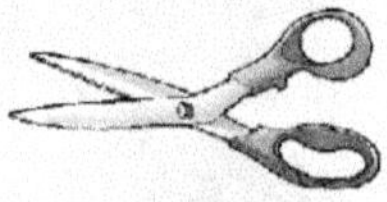 Scissors
Sájẹ̀ntì	 Sergeant
Sálúbàtà	 Slippers
Sánmọ̀	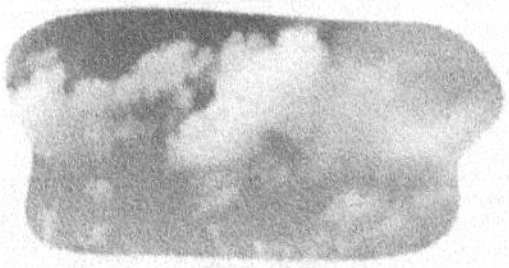 Sky
Sanra	 Fat/plum

Yorùbá		English
Sáré	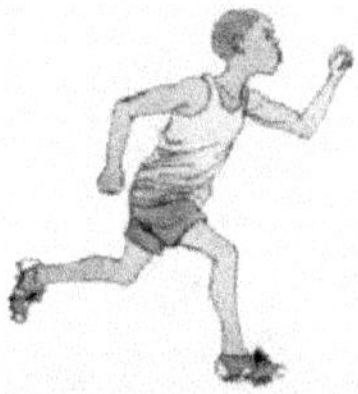	Run
Sàréè	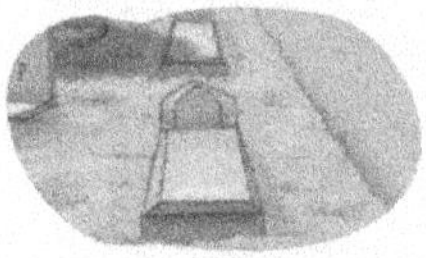	Tomb/grave
Ṣẹ́ẹ̀tì	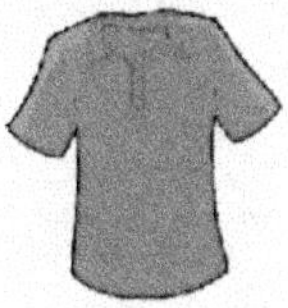	Shirt
Símẹ́ntì	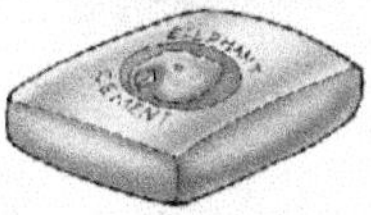	Cement
Ṣigbọnlẹ̀	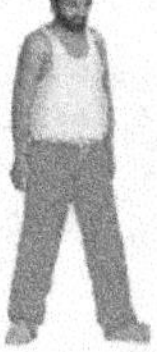	Tall and stout
Sikáàfù		Scarf

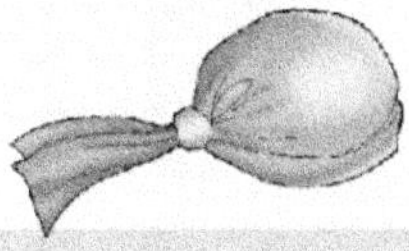

Yorùbá		English
Síkẹ́ẹ̀tì	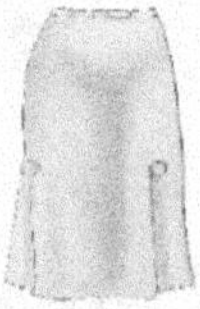	Skirt
Sílíkì		Silk
Sin		Bury
Sín		Sneeze
Síléètì		Slate
Sinimá		Cinema

Yorùbá		English
Sípánà		Spanner
Sítóòfù		Stove
Salámọ́		Stinging red ant
So kọ́		Hang
So pọ̀		Join
Sòbìyà		Guinea worm

Yorùbá		English
Sun		Burn
Sùn		Sleep
Sunkún		Weep
Súùtì		Sweet
Súfèé		Whistle
Súwẹ̀tà		Cardigan/sweater

Yorùbá	English
Șáná	Ignite a match
Șánlẹ̀	Cut a bush
Șàṣá	Small pox mark
Șàìsàn	To be ill
Șaworo	Brass bell
Șálángá	Pit latrine

Yorùbá		English
Ṣánpá		Swing arm
Ṣegede		Mumps
Ṣẹ́		To break
Ṣẹ́jú		To wink
Ṣèkèrè		Calabash drum
Ṣẹkẹ́ṣẹkẹ̀		Handcuffs

Ṣ

Ṣeré

Yorùbá		English
Ṣeré	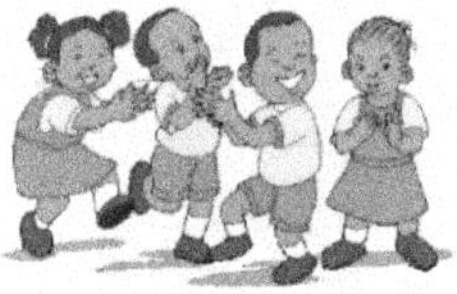	Play
Ṣíbí	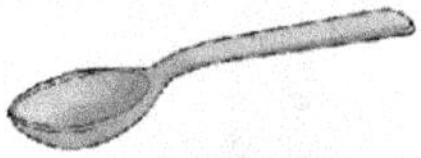	Spoon
Ṣílèkùn	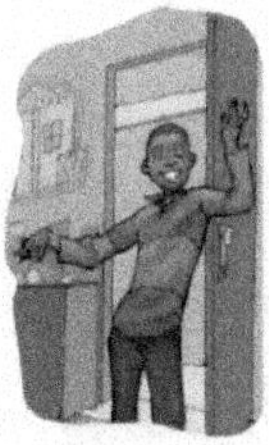	Open a door
Ṣinñgọ́ọ̀mù	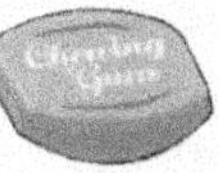	Chewing gum
Ṣíwò	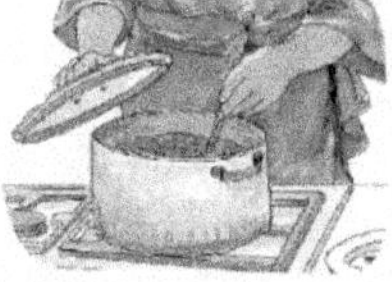	To open
Ṣọ́bírì	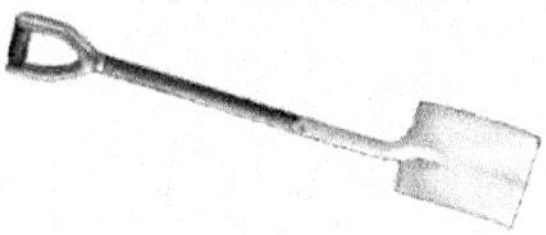	Shovel

Yorùbá	English
 Ṣójà	Soldier
Ṣòkòtò	 Trouser
Ṣókùnkùn	 Dark
Ṣóńṣọ́	 Pinnacle
Ṣọ́ọ̀bù	 Shop
Ṣọ́ọ̀kì	 Chalk

Ṣóòṣì

Yorùbá		English
Ṣóòṣì		Church
Ṣòpònná		Small pox
Ṣòwò		Trade
Ṣùbò		To mob
Ṣubú		Fall
Ṣùgà		Sugar

Yorùbá		English
Ṣùkù-àgbàdo	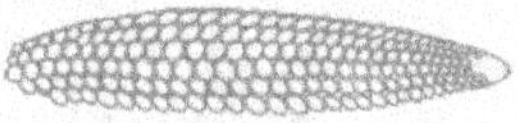	Maize cob
Ṣukudírẹ́fà	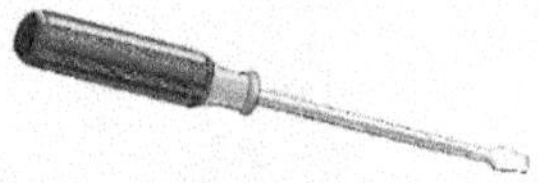	Screwdriver

t Taàrá

Yorùbá		English
Taàrá	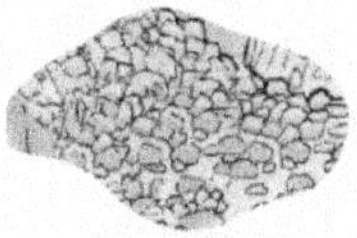	Gravel
Taari	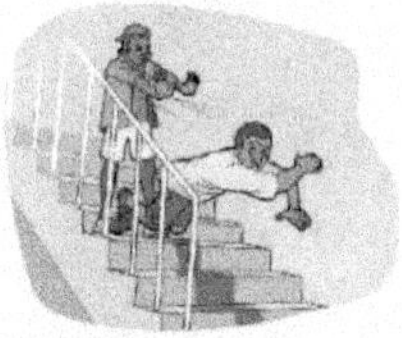	To push/Shove
Tábà	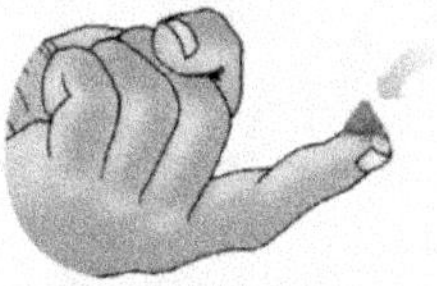	Snuff / Powdered Tobacco
Tàbílì	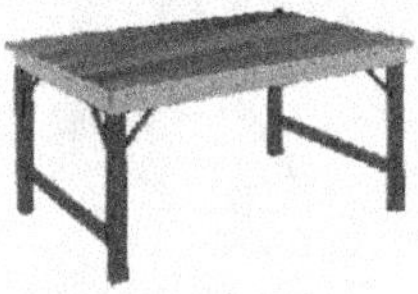	Table
Tábúlẹ̀ẹ̀tì	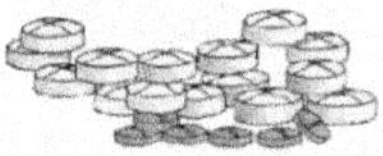	Tablet
Tafàtafà	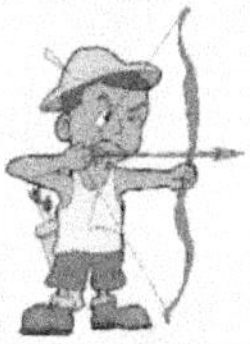	Bowman/Archer

Yorùbá	English
Táì	 Tie
Tajà	 To sell
Tákàdá	Paper
Tàkìtì	 Somersault
Taku	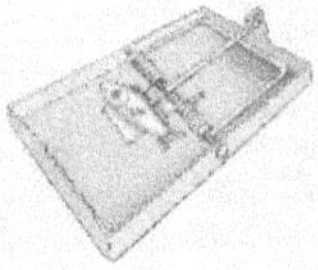 Trap
Tàn	 To light

t Tanisánko

Yorùbá		English
Taniṣánkọ	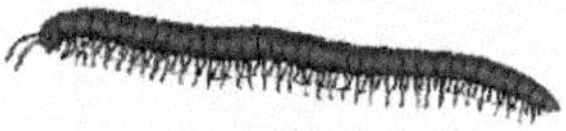	Centipede
Tanmọna	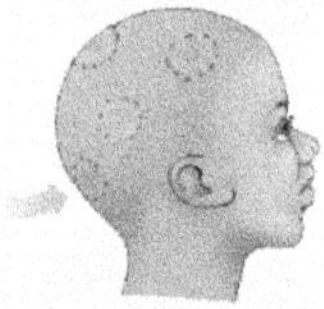	Ringworm
Tañwíjí	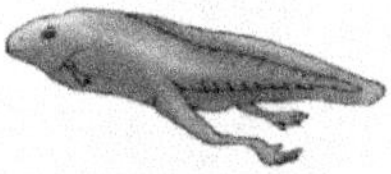	Tadpole
Taniya	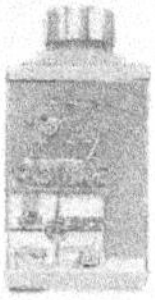	Sanitas/Izal
Tápà	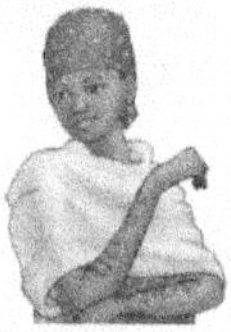	Nupe tribe
Tàpá	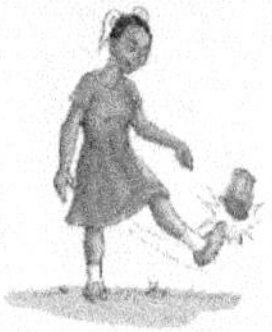	Kick

Yorùbá		English
Tapólì	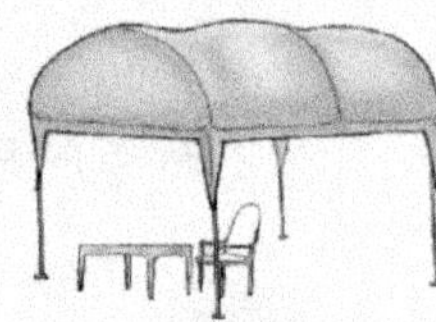	Tarpauline
Tasín		Taxi
Tata		Grasshopper
Táwèli		Towel
Táyà		Tyre
Tẹ	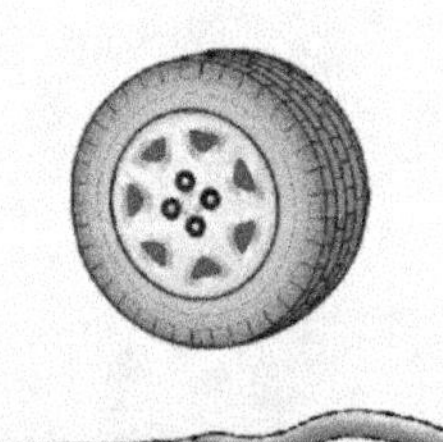	Bent

Yorùbá		English
Tẹ́ẹ́rẹ́		Slim
Tẹ́jú		Flat
Tẹjúmọ́		Gaze at
Télò		Tailor
Tẹ̀mọ́lẹ̀		Trample underfoot
Ténté		Pinnacle

Yorùbá		English
Tẹ́ṣàn		Station
Tẹ̀sùbá	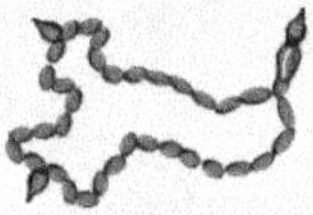	Rosary
Tẹ̀tẹ̀	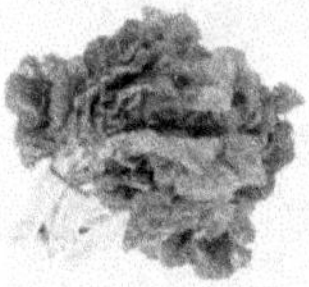	Spinach
Tẹ́tù		Executioner
Tẹ̀wé		To type
Tì ṣubú		Knock down

Yorùbá		English
Tíàtà		Theatre
Tìí	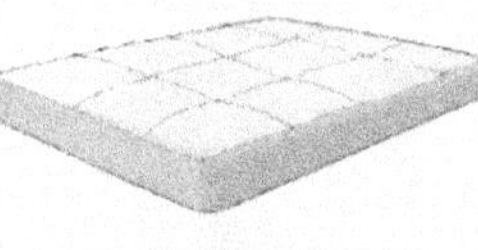	Tea
Tìmùtìmù	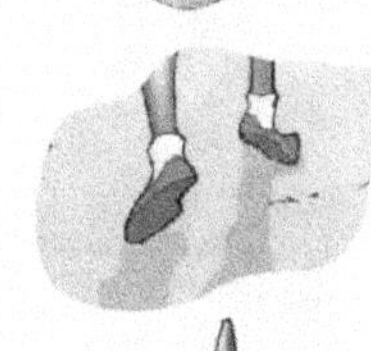	Mattress/cushion
Tiro		To tip toe
Tiróò		Galena
Tíṣà		Teacher

Yorùbá		English
Títì		Road
Tọ́		Straight
Tọ̀		Urinate
Tọkọtaya		Couple
Tòlótòló		Turkey
Tòmáàtì		Tomato

t Tòògbé

Yorùbá		English
Tòògbé	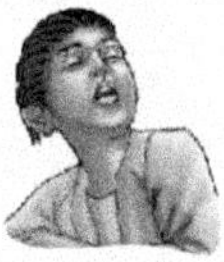	Slumber
Tóóró	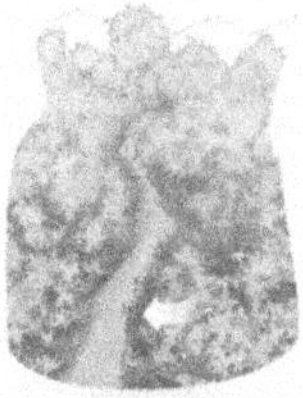	Narrow
Tọ́wò	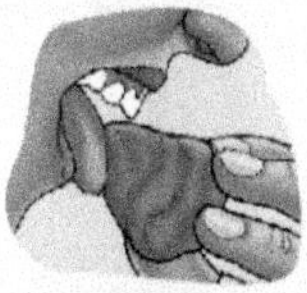	Taste
Túbọ̀mu	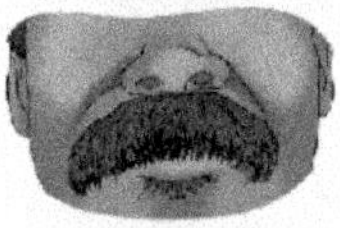	Moustache
Túbú	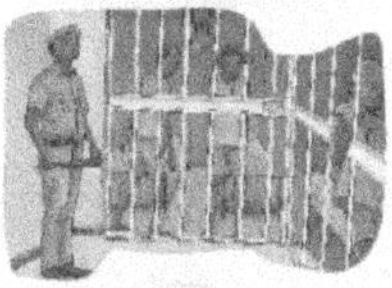	Prison
Túkọ	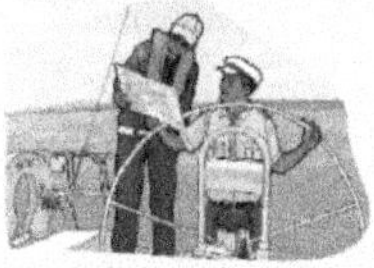	To navigate

Yorùbá		English
Tulẹ		Student
Túnṣe		Repair
Túùpú		River-hog

Yorùbá		English

Wáìní		Wine
Wàláà		Slate
Wàrà		Milk/cheese
Wẹ̀		Bath
Wẹ́		To crush grain
Wẹsẹ̀		Wash feet

Yorùbá		English
Węwǫ	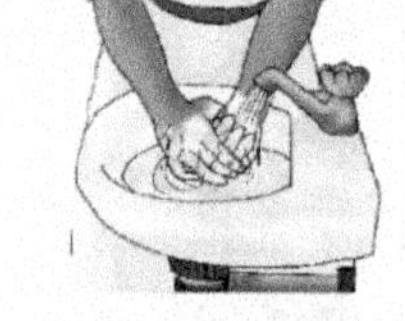	Wash hand
Wíwǫ		Crooked/bent
Wó		Collapsed
Wǫdà		Warder
Wǫgǫwògǫ		Zigzag
Woléwolé		Sanitary inspector

Yorùbá		English
Wòlíì		Prophet
Wọn		Catch
Wọn		Measure
Wọnlẹ̀wọnlẹ̀		Surveyor
Wóró		Grain/Seed
Wóróbo		Petty trade

Wúndiá W

Yorùbá		English
Woroworo	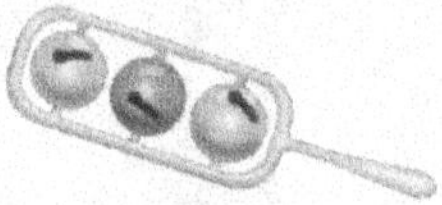	Jingle bells
Wòsìwósì	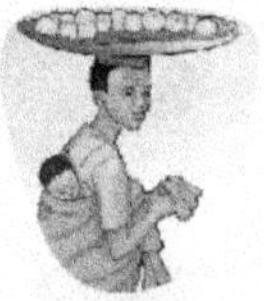	Petty trade/ small wares
Wú	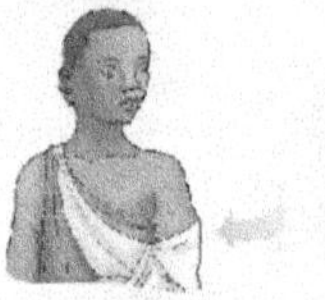	Swell
Wúgbọ	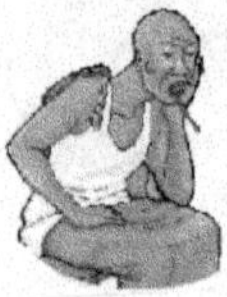	To be gloomy/ sullen
Wúkọ́	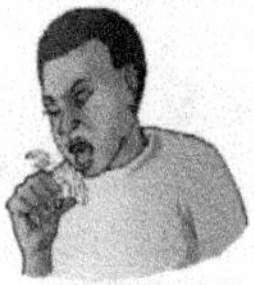	Cough
Wúndíá	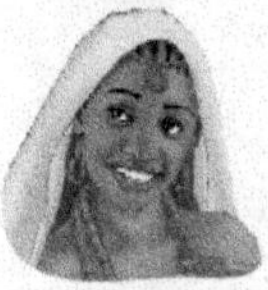	Maid/virgin

 **Wunjọ**

Yorùbá		English

Wunjọ  Wrinkles

Wúrà 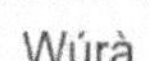 Gold

Wúwo  Heavy

Yorùbá		English
Ya		Tear
Yààrá		Room
Yán		Yawn
Yangan		Maize
Yangí		Sand stone
Yanja		To dry fish

Yorùbá	English
Yanjayanja	Snake bird
Yànmùyánmú	Mosquito
Yanrìn	Sand
Yára	Hurry
Yarọ	Lame
Yarun	Comb hair

Yorùbá		English
Yàwòrán		Draw picture
Yé		Lay egg
Yẹrì		Skirt
Yẹtí		Earring
Yẹ̀wù		Inner room
Yèyé		Mother

y *Yí padà*

Yorùbá		English
Yí padà	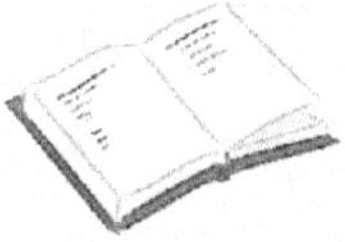	Turn over
Yídì	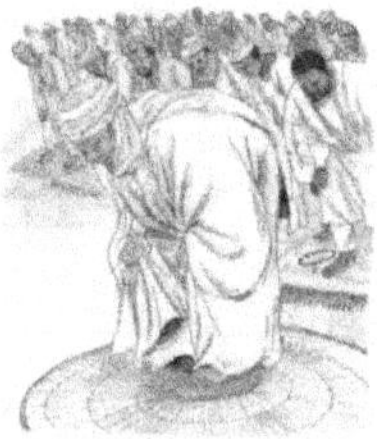	Praying ground
Yímíyímí	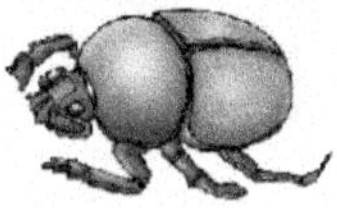	Dung beetle
Yìnbọn	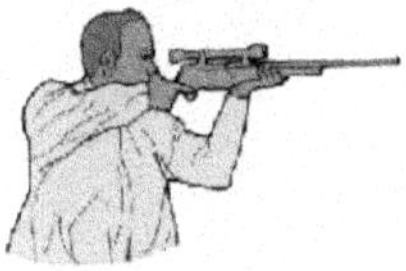	Shoot/Fire a gun
Yìnyín		Ice block
Yòrò	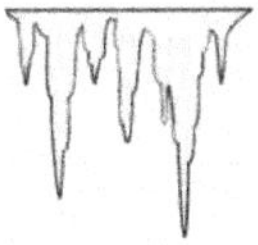	Melt

Yorùbá		English
Yòrù		Wag tail
Yòtèrè		Slide
Yúnnyun		Elephant grass

Ònkà Yorùbá

Yorùbá		English
Ení		One
Èjì		Two
Èta		Three
Èrin		Four
Àrún		Five
Èfà		Six

Ònkà Yorùbá

Yorùbá		English
Èje		Seven
Èjọ		Eight
Ẹ̀sán		Nine
Ẹ̀wá		Ten
Oókànlá		Eleven
Eéjìlá		Twelve

Ònkà Yorùbá

Yorùbá		English
Ẹẹ́tàlá		Thirteen
Ẹẹ́rìnlá		Fourteen
Aárùndínlógún		Fifteen
Ẹẹ́rìndínlógún		Sixteen
Ẹẹ́tàdínlógún	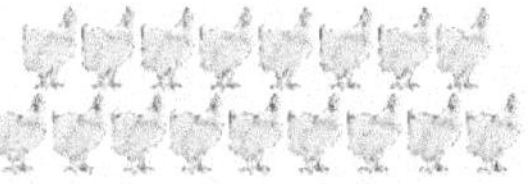	Seventeen
Eéjìdínlógún		Eighteen

Ònkà Yorùbá

Yorùbá		English
Oókàndínlógún	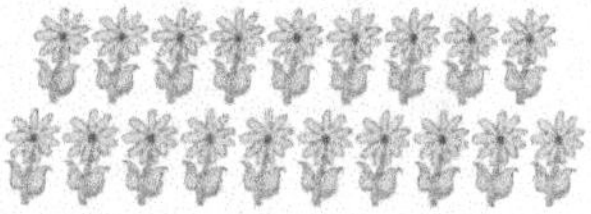	Nineteen
Ogún	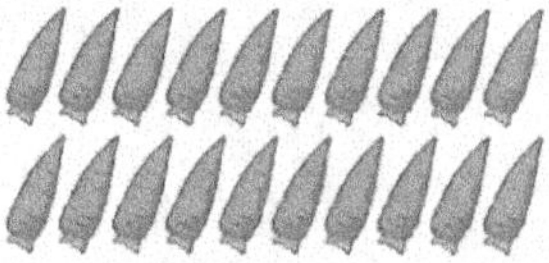	Twenty
Oókànlélógún		Twenty one
Eejílélógun		Twenty two
Ẹ́ẹ̀tàlélógún	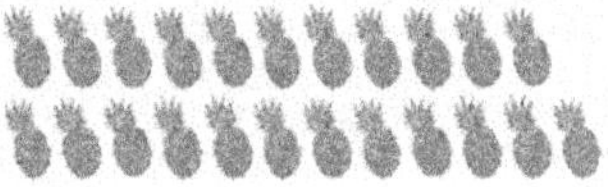	Twenty three
Ẹ́ẹ̀rìnlélógún		Twenty four

Ònkà Yorùbá

Yorùbá		English
Aárùndínlógbòn		Twenty five
Ẹẹrìndínlógbòn		Twenty six
Ẹẹtadìnlógbòn		Twenty seven
Eéjidinlógbòn		Twenty eight
Oókandinlógbòn		Twenty nine
Ogbòn		Thirty

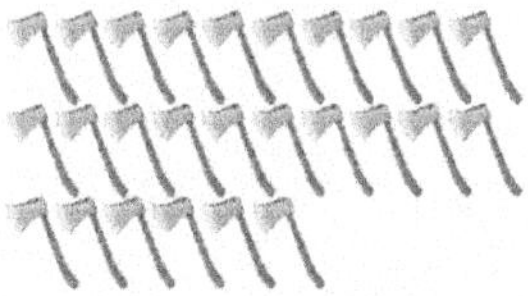

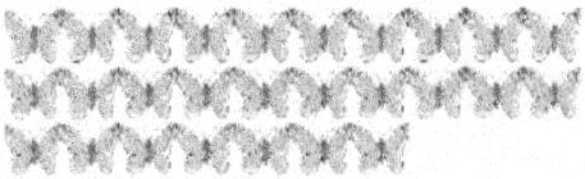

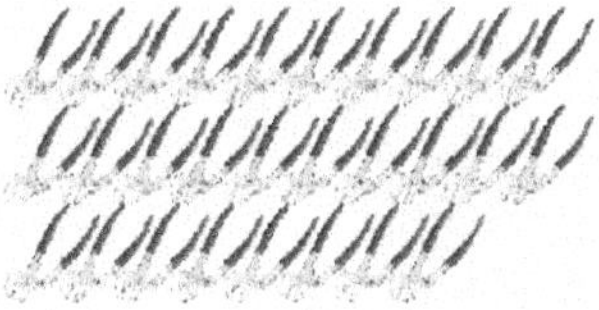

Ònkà Yorùbá

Yorùbá		English
Oókànlélógbòn		Thirty one
Eéjilélógbòn		Thirty two
Ẹẹtàlélógbòn		Thirty three
Ẹẹrìnlélógbòn		Thirty four
Aárùndínlógójì		Thirty five
Ẹẹrindínlógójì		Thirty six

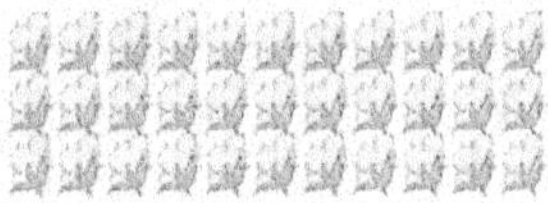

Òǹkà Yorùbá

Yorùbá		English
Ẹẹ́tàdínlógóji		Thirty seven
Eéjìdínlógóji		Thirty eight
Oókàndínlógóji	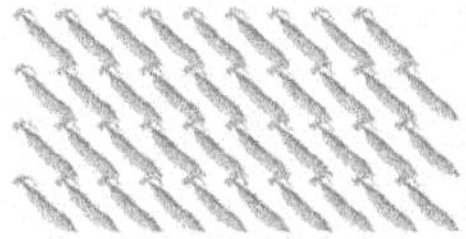	Thirty nine
Ogóji		Forty
Oókànlélógóji	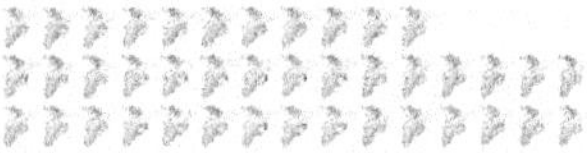	Forty one
Eéjìlélógóji		Forty two

Ònkà Yorùbá

Yorùbá		English
Ẹẹ́tàlélógóji	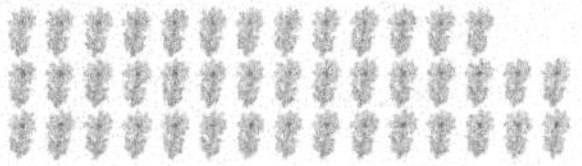	Forty three
Ẹẹ́rìnlélógóji		Forty four
Aárùndín-láàdọ́ta		Forty five
Ẹẹ́rìndín-láàdọ́ta		Forty six
Ẹẹ́tàdínláàdọ́ta		Forty seven
Eéjìdínláàdọ́ta		Forty eight

Ònkà Yorùbá

Yorùbá		English
Oókàndín-láàdóta		Forty nine
Aádóta		Fifty
Oókànle-láàdóta		Fifty one
Eéjìléláàdóta		Fifty two
Ẹẹtàléláàdóta		Fifty three
Ẹẹrìnléláàdóta		Fifty four

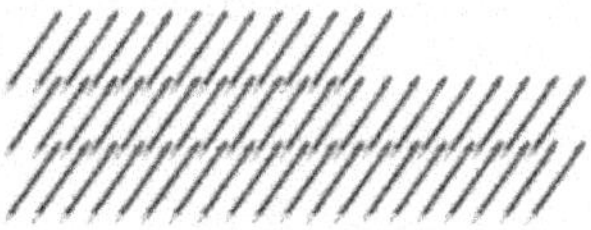

Ònkà Yorùbá

Yorùbá		English
Aárùndínlógóta		Fifty five
Ẹ́ẹ́rìndínlógóta		Fifty six
Ẹ́ẹ́tàdínlógóta		Fifty seven
Eéjìdínlógóta		Fifty eight
Oókàndín- lógóta		Fifty nine
Ọgọ́ta		Sixty

Òǹkà Yorùbá

Yorùbá		English
Oókànlélógóta		Sixty one
Eéjìlélógóta		Sixty two
Ẹẹ̀tàlélógóta		Sixty three
Ẹẹ̀rìnlélógóta		Sixty four
Aárùndínláàdọ́rin		Sixty five
Ẹẹ̀rìndínláàdọ́rin		Sixty six

Ònkà Yorùbá

Yorùbá		English
Ẹẹtàdínláàdọrin		Sixty seven
Eéjìdínláàdọrin		Sixty eight
Oókàndínláàdọrin		Sixty nine
Aadọrin		Seventy
Oókànléláàdọrin		Seventy one
Eéjìléláàdọrin		Seventy two

Ònkà Yorùbá

Yorùbá		English
Ẹẹ́tàléláàdọ́rin		Seventy three
Ẹẹ́rìnléláàdọ́rin	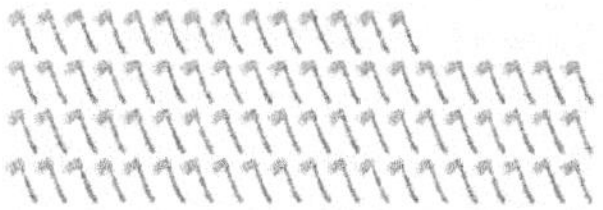	Seventy four
Aárùndín-lọ́gọ́rin		Seventy five
Ẹẹ́rìndínlọ́gọ́rin	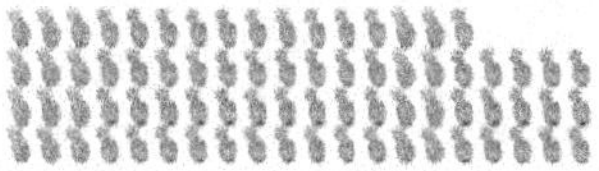	Seventy six
Ẹẹ́tàdínlọ́gọ́rin	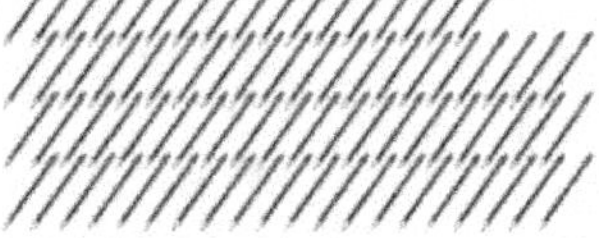	Seventy seven
Eéjìdínlọ́gọ́rin		Seventy eight

Ònkà Yorùbá

Yorùbá		English
Oókàndín-lógórin		Seventy nine
Ogórin		Eighty
Oókànlélógórin		Eighty one
Eéjìlélógórin		Eighty two
Ẹẹtàlélógórin		Eighty three
Ẹẹrìnlélógórin		Eighty four

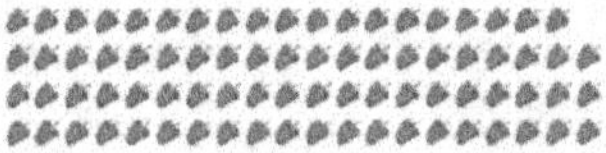

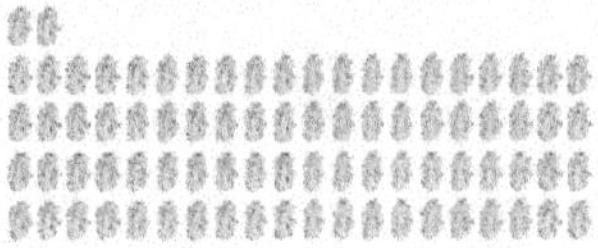

Ọ̀nkà Yorùbá

Yorùbá		English
Aárùndín-láàdọ́run		Eighty five
Ẹ̀ẹ́rìndín-láàdọ́run		Eighty six
Ẹ̀ẹ́tàdín-láàdọ́run		Eighty seven
Ẹ̀ẹ́jìdín-láàdọ́run	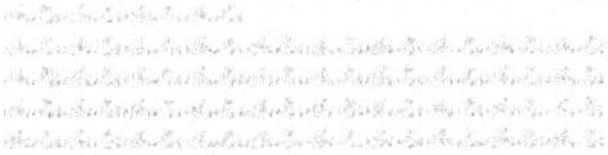	Eighty eight
Ọ̀ọ́kàndín-láàdọ́run	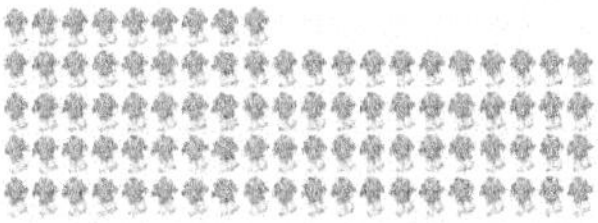	Eighty nine
Àádọ́run	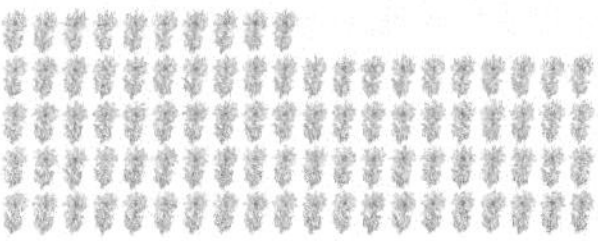	Ninety

Ònkà Yorùbá

Yorùbá		English
Oókànlé-láàdọ́run		Ninety one
Eéjìléláá, dọ́run		Ninety two
Ẹẹ̀tàléláàdọ́run		Ninety three
Ẹẹ̀rìnlé-láàdọ́run		Ninety four
Aárùndín-lọ́gọ́run		Ninety five
Ẹẹ̀rìndín-lọ́gọ́run		Ninety six

Ònkà Yorùbá

Yorùbá		English
Ẹẹ̀tàdínlọ́gọ́run	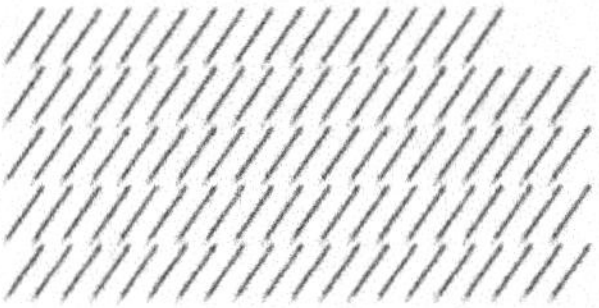	Ninety seven
Eéjìdínlọ́gọ́run		Ninety eight
Oókàndín-lọ́gọ́run	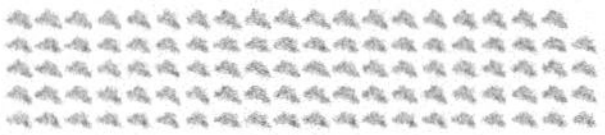	Ninety nine
Ọgọ́rùn-ún	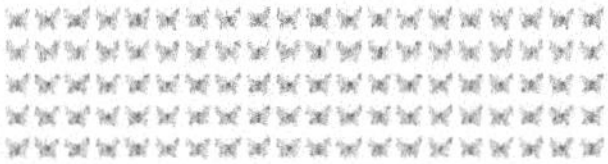	Hundred

Lantern books enlighten...

Literamed Publications Ltd

Online orders, education channel & Kids Zone at www.**lantern-books**.com

ISBN: 978-100-450-6

9 789781 004506